இசை: இளையராஜா

# இசை: இளையராஜா

சி.சரவணகார்த்திகேயன்

ZDP
SPECIFICS

Title: Isai: Ilayaraja
Author's Name: C. Saravanakarthikeyan

Published by ZDP Specifics



ZDP Specifics
(An imprint of Zero Degree Publishing)
No. 55(7), R Block, 6th Avenue,
Anna Nagar,
Chennai - 600 040

Website: www.zerodegreepublishing.com
E Mail id: zerodegreepublishing@gmail.com
Phone: 89250 61999

ZDP Specifics First Edition: January 2025

ISBN: 978-93-484-3945-1

TITLE NO ZDPS: 104

Rs. 240/-

Layout: G.Selva kumar
Cover Design: Vijayan, Creative Studio
Printed at Rathna Offset, Chennai, India.

சமர்ப்பணம்

நண்பர்
கார்த்திக் அருளுக்கு...

## பொருளடக்கம்

## பகுதி – 3 : இன்ன பிற

# ருத்ர நாதம்

சில சமயம்

வரம் என்பதே

ஒரு கடவுளுக்குப்

பக்தனாக இருக்க

அருளப்பட்டதுதான்.

*நான் நாத்திகன்; ஆனால் நான் நம்பும் ஒரே கடவுள் இளையராஜா! நான் பெண்களை ரசிப்பவன்; ஆனால் நான் காதலிக்கும் ஒரே ஆண் இளையராஜா! நான் சுயமரியாதைக் காரன்; ஆனால் நான் அடிமையாக இருக்கும் ஒரே விஷயம் இளையராஜாவின் இசை!*

கொரோனாவில் இறந்த இளைஞனை அவன் விருப்பப்படி இளையராஜாவின் பாடல் (இளமையெனும் பூங்காற்று) இசைத்து அனுப்பி வைத்தார்கள் அவனது சினேகிதர்கள். அது போல் எனக்கு என்ன இசை ஒலிக்க வேண்டும் என யோசித்தால் பூவார் சென்னி மன்னன் (திருவாசகம்) பாடல் தோன்றுகிறது. இளையராஜா இசையில் அவரே பாடியது. கடந்த பதினைந்தாண்டுகளுக்கும் மேலாக என் வாழ்வின் முக்கிய வெற்றி / மகிழ்ச்சித் தருணங்களில் எல்லாம் நான் ஒலிக்க விட்டு கண்கள் மூடிக் கேட்டுச் சமநிலையுற்ற பாடல். எவர்க்கும் தொந்தரவற்ற, சாவகாசம் சாத்தியமான சூழல் எனில் அப்பாடலை முழு எட்டே கால் நிமிடமும் ஒலிக்க விடுங்கள். அதுவே என் பொருத்தமான விடைபெறல்.

அப்பாடலிலிருந்துதான் இப்புத்தகம் தொடங்குகிறது. உண்மையில் இதைத் தீவிரமாக எடுத்து தினம் ஒரு பாடல்

என இளையராஜாவின் ஆயிரம் பாடல்களுக்கு ஃபேஸ்புக்கில் குறிப்புகள் எழுத எண்ணினேன். சில காரணங்களால் தொடர முடியாமல் போயிற்று - பிரதானமாக நேரமின்மையும், மனநிலையையும் சொல்லலாம். 19 பாடல்களோடு அது நின்று போனது. அவற்றோடு மேலும் இரண்டு புதிய பாடல்கள் பற்றி எழுதி இந்நூலில் சேர்த்திருக்கிறேன். அத்தொகுப்பே நூலின் முதற்பகுதியாக அமைந்துள்ளது. இப்போது இது திருவாசகத்தில் தொடங்கி திவ்யப் பிரபந்தத்தில் முடிகிறது - மாணிக்கவாசகரில் ஆரம்பித்து பெரியாழ்வாரில் நிறைகிறது. இறையை நிராகரித்த என் போன்றோருக்கும் அதன் வாசனையை இசையெனும் சூட்சம ரூபத்தில் காட்டி விடுகிறார் இளையராஜா!

நான் இசை தெரிந்தவன் அல்லன். ஆக, இப்பாடல்களை ஒரு தீவிரமான ரசிகனாகவும் கூர்மையான பொறியாளனாகவுமே அணுகி எழுதியிருக்கிறேன். எனவே இவற்றில் ஒரு மெல்லிய தர்க்கமும் அதை மீறிய உணர்ச்சிகரக் கொண்டாட்டமும் வெளிப்படக்கூடும்.

இளையராஜா இதைப் படித்தால் ரசிக்க மாட்டார். ஆனால் சக ரசிகர்களுக்குப் பிடிக்கும்.

★

அதோடு இளையராஜா பற்றி இணைய வெளியில் கடந்த பதினைந்தாண்டுகளில் நான் முன்னெடுத்த சில விவாதங்களையும் முதற்பகுதியில் சேர்த்திருக்கிறேன். இவை இசை பற்றியவை அல்ல - புற வாழ்வு தொடர்பானவை. அவரது சந்தை மதிப்பு, அவருக்கான அங்கீகாரங்கள், அவர் பாடல்களின் ராயல்டிச் சிக்கல்கள், அவரது ஞானச் செருக்கு உள்ளிட்ட விஷயங்களில் வெறுப்பாளர்களுக்கு அல்லது பொதுப் புத்திக்கு இருக்கும் கருத்துக்களை உடைக்க முயன்றிருக்கிறேன். அது ஒரு நிதானமான ரசிகச் சமர்தான்.

இசை என்பதன் உருவகம் இளையராஜா என நாம் சொல்லிக் கொண்டிருக்க, மறுபுறம் இசை என்ற பெயரிலேயே அவரை அவமதித்துத் திரைப்படம் எடுக்கும் சூழலும் இங்கே இருக்கவே செய்கிறது. எப்படி அவருக்குப் பக்தர்கள் உண்டோ அது போல் அவர் மீது வன்மம் கொண்டு இயங்குவோரும் இருக்கவே செய்கிறார்கள். எனவே அவர் மீதான அவதூறுகள்,

பிழைபுரிதல்களைத் தெளிவுபடுத்த வேண்டிய இக்கட்டில் இருக்கிறோம்.

ஃபேஸ்புக்கில், ட்விட்டரில் தேடினால் இளையராஜா பற்றி எழுதிக் குவித்திருக்கிறேன். ட்விட்டர் கணக்கே இளையராஜா பிறந்த நாளை ஒட்டித்தான் தொடங்கி இருக்கிறேன் அவர் பெயரோடுதான் முதல் ட்வீட்டே போட்டிருக்கிறேன். அனேகமாக நான் இது வரை அதிகம் எழுதிய மூவரில் இளையராஜா முதலிடத்தில் இருப்பார் என நினைக்கிறேன் (மற்ற இருவர் காந்தி, ஜெயமோகன்). நான் பிரிய நடிகைகளைச் சிலாகித்ததை விடவும் இளையராஜாவைப் புகழ்ந்ததே அதிகம் எனும் போது இசையின் வீரியம் புலப்படுகிறது!

ஆனால் அத்தனையையும் ஒரு நூலில் தொகுப்பது சாத்தியமில்லை. அவற்றில் பிரதான விஷயங்களை மட்டும் எடுத்துக் கொண்டிருக்கிறேன். பொருத்தப்பாடு கருதியும் சில பதிவுகளைச் சேர்க்கவில்லை. உண்மையைச் சொன்னால் அப்படி நிராகரிப்பது மன உளைச்சலான விஷயமாக இருந்தது - அர்ச்சித்த எல்லா மலர்களுமே புனிதம்தானே!

★

இளையராஜா பாடல் பற்றிய தினசரித் தொடரை நிறுத்தியதற்கு என் மனநிலையும் ஒரு காரணம் என்று கூறியிருந்தேன். அதைச் சற்று விரித்துரைக்கலாம் என நினைக்கிறேன்.

தொடரில் சுமார் 15 பாடல்கள் கடந்திருந்த போது ஒரு மாதிரி *monotonous*-ஆக இருப்பது போல் தோன்றியது. அதாவது எல்லாப் பாடலிலுமே *Prelude*, பல்லவி; *Interlude*, சரணம் என வரிசையாக ஒவ்வொன்றையும் விவரித்து எழுதும் முறை எனக்கே அலுப்பூட்டியது. சில சமயம் முன்பு ஏதோ ஒரு பாடலுக்குச் சொன்னதையே திரும்பவும் சொல்கிறோமோ அல்லது அதைத் தவிர்க்கும் பொருட்டு வலிந்து வேறு விஷயங்கள் பேசுகிறோமோ என இருமுனைக் குழப்பத்தில் உழன்றேன். அதனால் தொடர்ந்து எழுத ஊக்கமிழந்தேன்.

ஒரு வாசகனாக நான் ரசிக்காத எதையும் நான் எழுதுவதே இல்லை. எனவே இத்தொடர் அந்த அபாயத்துக்குள் சென்று

விடுமோ எனத் தோன்றிய போது சட்டென்று நிறுத்தி விட்டேன். அன்றைய புறக் காரணிகளும் அந்த முடிவை எடுக்கச் சாக்காக அமைந்தன.

ஆனால் இப்போது மறுபடி இவற்றை வாசிக்கும் போது நல்ல அவதானிப்புகளாகவே இருக்கின்றன என்பதை உணர்கிறேன். ஆனால் உச்சத்தில் இருக்கையிலேயே ஓய்வு பெறுவது என்ற ஜெயகாந்தன் அல்லது விஜய்யின் கம்பீரம் போல் சக இளையராஜா ரசிகர்கள் சிலாகித்துக் கொண்டிருக்கும் போதே தொடரை நிறுத்தியது நல்லதுதான்.

★

அது என்ன மாதிரியான வினோத துரதிர்ஷ்டம் அல்லது சாபம் என்றே தெரியவில்லை, இளையராஜா தொடர்பான பல முயற்சிகளைத் தொடங்கிப் பாதியில் விட்டிருக்கிறேன்.

முதலில் 2009ல் கிழக்குப் பதிப்பகத்தில் இளையராஜாவின் சரிதத்தை எழுத விரும்பி அணுகினேன். அது மேற்கொண்டு நகரவில்லை (பதிலாக சந்திரயான் எழுதினேன்). 2014 வாக்கில் சிக்ஸ்த் சென்ஸுக்காக அதை எழுத முடிவு செய்து, மறுபடிக் கை விட்டேன் (அது ச்சீய் பக்கங்கள் தொடர் வெட்கம் விட்டுப் பேசலாம் என்ற நூலாக வந்த சமயம்).

அதே 2009ல் ‘இசை ஞானி ஆயிரம்’ தொடரை என் வலைதளத்தில் எழுத ஆரம்பித்தேன். வாரம் பத்துப் பாடல்களைப் - எனக்குப் பிடித்தவை  பட்டியலிடுவது என்பது திட்டம். அவ்வாறு அவரது ஆயிரம் பாடல்களை அடையாளம் காட்டுவதுதான் இலக்கு. அது 9வது பகுதியோடு நின்றது (அதையும் இந்நூலில் சேர்த்திருக்கிறேன்). அடுத்து 2015ல் கவிஞர் வாலி பாணியில் வசன கவிதையாக இளையராஜாவின் வாழ்க்கை வரலாற்றை எழுத எண்ணி முதல் அத்தியாயம் மட்டும் எழுதி நிறுத்தினேன் - ‘ராஜகாவியம்’ என்பது அதன் தலைப்பு (கற்பதுவே கேட்பதுவே கருதுவதே கட்டுரைத் தொகுப்பில் இடம் பெற்றுள்ளது).

பிறகு 2020ல் கிருமி காலத்தில் ஃபேஸ்புக்கில் தினமும் இளையராஜா இசையமைத்த படங்களில் அவர் பெயர் வரும் டைட்டில் கார்டு ஸ்க்ரீன்ஷாட் போட்டு என்ன படம் அது எனக் கண்டறியும்

க்விஸ் வைத்தேன் (*#IlaiyaraajaTitleCards* என்ற டேகில்). 192 படங்களுடன் அதை நிறுத்தினேன். பிறகு 2023ல் ஃபேஸ்புக்கில் *#AnIlaiyaraajaSongADayKeepsTheDoctorAway* என்ற டேகில் நிதமொரு இளையராஜா பாடல் குறித்த ரசனைக் குறிப்புத் தொடர் - 19 பாடல்கள் பற்றி எழுதி நிறுத்தினேன். (மேற்சொன்னது போல் இந்நூலின் முதற்பகுதி.)

அதையெல்லாம் மீறி, சென்ற ஆண்டு இளையராஜா 80 அகவையை எட்டுவதை ஒட்டி விஜய் தொலைக்காட்சி நடத்திய சிறப்பு நீயா நானா நிகழ்வில் கலந்து கொண்டதும், சமீபத்தில் புதிய தலைமுறை *Prime* யூட்யூப் சேனலில் பரிசல் கிருஷ்ணாவுக்கு அளித்த நேர்காணலில் இளையராஜா பற்றி ஓரளவு விரிவாகப் பேச முடிந்ததும், இப்போது 'இசை: இளையராஜா' என்ற இந்த நூலைக் கொண்டு வருவதும் பெருமகிழ்ச்சிக் கணங்கள்.

★

ஒரு முறை ஃபேஸ்புக்கில் இளையராஜா பிறந்த நாள் வாழ்த்துச் செய்தியாக "வாழ்த்த வக்கில்லை; வணங்குகிறேன்." என எழுதினேன். அவ்வளவு *humble*-ஆகவே உணர்கிறேன்.

இளையராஜா எனக்குக் கடவுளுக்கு நிகரானவர். அந்த அளவிற்கு அவரது கலையுச்சம் பற்றியும் படைப்பூக்கம் பற்றியும் மரியாதை உண்டு. பிற்காலத்தில் அவரது வாழ்க்கை வரலாற்றை சரிதத்தை ஆங்கிலத்தில் எழுதும் திட்டம் உண்டு - அதற்கு '*The God of Music*' என்றே தலைப்பு யோசித்திருக்கிறேன். எனவே ஒரு பக்தனின் பணிவுடன்தான் அவரை என்னால் அணுக முடியும். அவரைக் கேளாது, குறைந்தபட்சம் எதன் பொருட்டாவது அவரை எண்ணாது எந்நாளும் தீர்வதில்லை எனக்கு. அதன் சிறு அடையாளம் இந்நூல்.

இளையராஜாவின் முதல் சிம்ஃபொனி வரவிருக்கும் நேரத்தில் (2025 சர்வதேச மகளிர் தினம்) அதை வரவேற்கும் விதமாக இந்நூல் வருவது எனக்குப் பெருமையும் நிறைவும்.

எத்தனையோ இசையமைப்பாளர்கள் இங்கும் மாநிலம் தாண்டி வடக்கிலும் நாடு கடந்து மேற்கிலும் உண்டு. அதென்ன இளையராஜாவை மட்டும் தூக்கி வைப்பது?

அவர் மட்டும் அப்படி என்ன பிரத்யேகம்? பல இசையமைப்பாளர்களின் நல்ல இசை இருக்கிறதுதான். நம்மை முணுமுணுக்க வைக்கும், தாளம் போட வைக்கும், நடனமாடக் கூட வைக்கும். ஆனால் இசை கேட்கும் போதே உடலில் ஒரு சிலிர்ப்பு உண்டாவது என்ற விஷயம் இளையராஜாவின் இசையில் மட்டுமே எனக்கு இது வரை நடந்திருக்கிறது. என் வரையில் அது ஒரு முதன்மையான அளவுகோல். அதனாலேயே அவரைத் துதிக்கிறேன்.

எல்லோரும் 80களின் இளையராஜா பாடல்கள்தாம் சிறந்தவை என்பர். எனக்கு எந்த வித்தியாசமும் தெரியவில்லை. 1976ல் அன்னக்கிளியில் போட்ட பாடல்களின் அதே தரம், அதே ருசிதான் இப்போது விடுதலை-2 பாடல்கள் வரை இருக்கிறது. இந்த 48 வருடங்களில் ஏதும் மாறியதாகத் தெரியவில்லை. தொடர்ந்து பிரமிக்கச் செய்கிறார். ஒரு சாதாரண நரனுக்கு இதெல்லாம் சாதிப்பது சாத்தியமா என்றே விளங்கவில்லை.

சுமார் இருபதாண்டு முன் ஓர் ஆங்கில நாளேட்டுக்கு அளித்த பேட்டியில் கமல் ஹாசன் இப்படிச் சொல்லியிருந்தார் (நினைவிலிருந்து எழுதுகிறேன்): "நான் கமல் ஹாசனாகப் பிறக்காமல் போயிருந்தால் இளையராஜாவாகப் பிறக்கத்தான் ஆசைப்பட்டிருப்பேன்." “இளையராஜா இசையமைக்கும் வரைதான் நான் திரைப்படம் இயக்குவேன்” என்று தன் வலைதளத்தில் எழுதினார் பாலு மகேந்திரா. அப்படி அவர் சக்கரவர்த்தியாகவே சினிமா உலகில் இருந்தார், இருக்கிறார் - “நேற்று இல்லை நாளை இல்லை, எப்பவும் நான் ராஜா!”

இளையராஜா சினிமா தாண்டி ஆல்பம், சிம்ஃபொனி உள்ளிட்ட பல விஷயங்கள் செய்ய வேண்டும் என்பதே என் போல் ரசிகர்களின் அவா. அதற்கு அவர் நூறாண்டு வாழட்டும்.

★

நூலில் 3 பகுதிகள், 30 கட்டுரைகள் உள்ளன. முதற்பகுதியான ராஜாங்கம் பற்றித்தான் மேலே சொன்னேன். மற்ற இரண்டும் திரைப்படம் மற்றும் இன்ன பிற நிகழ்த்துகலை தொடர்பானவை. இவை பெரும்பாலும் என் வலைதளத்திலும் ஃபேஸ்புக்கிலும் வந்தன.

நண்பர் கார்த்திக் அருளை குறைந்தது பதினைந்து ஆண்டுகளாக எனக்குப் பழக்கம். என் எழுத்தைத் தொடர்பவர், அவ்வப்போது கருத்துக்கள் பகிர்பவர். சிறுவயதில் என் மனைவியின் அருகாமை இல்லக்காரர் என்ற வகையில் இரு குடும்பங்களுக்கும் நட்பு உண்டு. சினிமா, எழுத்து எனத் தீவிர ரசிகர் என்றாலும் இசைதான் அவரது பிரத்யேக இச்சை. இசை நுணுக்கங்களில் அறிமுகம் உடையவர். நல்ல ரசிகர் என்பது மட்டுமின்றி பாடவும் செய்பவர். நான் இளையராஜா டைட்டில் கார்டுகளை வைத்து ஃபேஸ்புக்கில் தினசரி க்விஸ் நடத்திய போது கலந்து கொண்டு அதிகபட்சம் சரியாகக் கணித்தவர் கார்த்திக்தான். இசையில் ஆர்வம் கொண்டவர், என் மீது மதிப்பு கொண்டவர் - இந்த இரண்டும் போதுமானதாக இருந்தது அவருக்கு இந்நூலை நான் சமர்ப்பணம் செய்ய.

நான் இசை பற்றி, சினிமா பற்றி அதிகம் விவாதித்தது என் மனைவியுடன்தான். ரசனை விஷயத்தில் எம்முள் பொதுப் புள்ளிகளுக்கு இணையான விலக்கப் புள்ளிகளும் உண்டு. இந்நூலின் பல கருத்துக்களில் நாங்கள் *offline* பேசிக் கொண்டதன் சாறு இறங்கியுள்ளது.

எப்போதும் என் எழுத்துக்குப் பக்கதுணையாக இருக்கும் சௌம்யாவுக்கு அன்பு. இதைப் புத்தகமாகக் கொணரும் ஸீரோ டிகிரி ராம்ஜீ நரசிம்மனுக்கும் ஆர்.காயத்ரிக்கும் நன்றி.

- சி.சரவணகார்த்திகேயன்

பாரதி பிறந்த நாள், 2024

# பகுதி – 1

# ராஜாங்கம்

# 1.இசை: இளையராஜா

## தோற்றுவாய்

#AnIlaiyaraajaSongADayKeepsTheDoctorAway என்ற டேகில் தினம் ஓர் இளையராஜா பாடல் எடுத்துக் கொண்டு ஃபேஸ்புக்கில் குறும்பதிவுகள் எழுதலாம் என்று ஒரு யோசனை.

"இன்னொருவருடன் ஒப்பிட்டு கேலிகள் செய்து, பலனாகப் பலரிடம் வசைகள் வாங்கி, வன்முறை மார்க்கத்தில் இளையராஜாவை உசத்தியென நிறுவுவதை விட ஏதேனும் நல்வழியில் அவரைக் கொண்டாடுவதை மட்டும் செய்யலாமே? அது நேர்மறையான அணுகுமுறை; ஒப்பீட்டளவில் அதுதான் ஆக்கப்பூர்வமானதும் கூட. யோசிக்கவும்!" - ஆல்பம், ஆப்பம் விவகாரத்தில் சௌம்யா மெசஞ்சரில் சொன்னவற்றின் சாறு இது.

டாக்டர் பட பத்மினி மாதிரியல்ல நான். *Positivity is not my trait.* ஆனால் அதைத் தாண்டி இளையராஜா விஷயத்தில் ஏற்கெனவே அவரது சிறந்த 1000 பாடல்களைப் பட்டியலிட முனைந்தது, இளையராஜா டைட்டில் கார்ட் க்விஸ் நடத்தியது எனச் சில விஷயங்கள் செய்திருக்கிறேன். இப்போது மறுபடி ஒன்று முயற்சி செய்து பார்க்கலாம் என முடிவு.

ரேண்டமான பாடல் தேர்வு. புகழ் பெற்றது / அற்றது, பழையது / புதியது என்றெல்லாம் பிரிவினை கிடையாது. இசையறியாததால் அதன் நுணுக்கம் பற்றிய பிரஸ்தாபமேதும் இராது. சுருக்கமாக ஒரு ரசனைசார் குறிப்பு. அதோடு என் அனுபவங்களைப் பேசுவேன்.

கமெண்ட்களில் ரசிகர்கள் பாடல் பற்றித் தம் கருத்தை, அனுபவத்தைச் சொல்லலாம். அல்லது குறைந்தபட்சம் நின்று ஐந்து

*நிமிடம் செலவு செய்து நிதானமாக அப்பாடலைக் கேட்கலாம், ரசிக்கலாம், உய்யலாம் - இப்போது தொடரின் டேகை மறுபடி வாசியுங்கள்!*

*Let's celebrate Ilaiyaraaja, the best composer ever.*

★

*(1)*

**பாடல்: பூவார் சென்னி மன்னன்**

**ஆல்பம்: திருவாசகம் in Symphony (2005)**

இசை ஞானியின் இறைக்குரலில் அமைந்தது. *Cliche*-வாகத் தோன்றினாலும் இப்பாடலுக்குச் சொல்லித்தான் ஆக வேண்டும் - "உள்ளம் உருக்கும் இசை." திருவாசகத்துக்கு உருகார் ஒரு வாசகத்துக்கும் உருகார் என்பார்கள். ஆனால் இதைக் கேட்டால் பாடிய மாணிக்க வாசகரும் பாடப்பட்ட சிவனும் உருகக்கூடும்.

பதினைந்து ஆண்டுகளுக்கும் மேலாக இப்பாடலைக் கேட்கிறேன் - இன்னும் முதல் முறை தந்த அதே சிலிர்ப்பை, உள்ளூர ஓர் உடைவை ஒவ்வொரு முறையும் அளிக்கத் தவறுவதே இல்லை. நிதானமாக யோசித்தால் இளையராஜா இசையில் எனக்கு மிகப் பிடித்த பாடல் இதுவே எனச் சொல்லத் தோன்றுகிறது.

நம்மை மிகச் சிறியவராக *(humble)* உணரச் செய்யும் இசை. எதிரே சிவன்தான் இருக்க வேண்டும் என்றில்லை; பேரியற்கையாக இருக்கலாம், அல்லது நாம் அண்ணாந்து பார்க்குமளவு எட்டாத உயரத்தில் இருக்கும் இளையராஜா மாதிரி பெருங்கலைஞனாக இருக்கலாம். மிகப் பிடித்த பாடல் எனினும் இதை நான் அடிக்கடி கேட்பதில்லை. என் வாழ்வின் முக்கிய வெற்றிக் கட்டங்களில் மட்டுமே கேட்கிறேன். கண் மூடி அதை ஒலிக்க விட்டால் மகிழ்ச்சியில் குதிக்கும் மனதைச் சாந்தம் செய்து, ஒருவித நிறைவை அளித்து, மறுகணமே அச்சாதனை எல்லாம் ஒன்றுமே இல்லை என்று சமநிலையுற வைக்கிறது. ஆனால் அது மனதின் துணுக்குறல் அல்ல, அடுத்து என்ன என யோசிக்கும் நகர்வின் ஆரம்பம். அது எனக்கு அச்சமயத்தில் மிக அவசியமான ஓர் ஆற்றுப்படுத்தல்.

அவ்வகையில் என் மரணப்படுக்கையிலும் இப்பாடலையே கேட்க விரும்புகிறேன்.

★

*(2)*

**பாடல்: எழுந்து வா**

**ஆல்பம்: உதயம் 2006 (Shiva 2006)**

ராம் கோபால் வர்மா தன் முதல் படமான உதயம் / *Shiva*-வை இந்தியில் மறுஆக்கம் செய்தார். அதன் தமிழ் வடிவில் இடம் பெற்ற கதாநாயக வீறுகொண்டெழல் பாடல் இது. இளையராஜாவின் இவ்வகைப் பாடல்கள் பொதுவாக மிகச் சிறப்பாக அமையும்.

மணிரத்னத்தின் இதயத்தைத் திருடாதே *(Geethanjali)* படத்தில் வரும் விடிய விடிய நடனம் என்ற பாடலின் ரீமிக்ஸ்தான் இப்பாடல். முத்துலிங்கம் எழுதி விஜய் ப்ரகாஷ் பாடியது. மிகக் 'கெத்தான' பாடல் என்றாலும் படம் தோற்றதால் அதிகம் கவனம் பெறாமல் போன ஒரு பாடல் - எந்தளவுக்கு என்றால் யூட்யூபில் கூட இந்தப் பாடல் இல்லை (ஆனால் அதே படத்தின் வேறு பாடல்கள் கிடைக்கின்றன).

மனதை உற்சாகப்படுத்தவும் சமரசமின்றி அறப்பிறழ்வை எதிர்க்கவும் வேண்டும் என நினைவூட்டிக் கொள்ளவும் அவ்வப்போது நான் கேட்கும் பாடல். குறிப்பாக பல்லவி தொடங்கும் முன்பான 30 விநாடிகள் ஓடும் இதன் முன்னிசை *(prelude)* முறுக்கேற்றும் கம்பீரம் கொண்டது. கடைசியாக தீர்ப்பு எழுதுவது போல் மூன்று முறை "சத்தியம்" என்று சொல்லி *percussion* அடித்து முடித்திருப்பது சிலிர்ப்பு. இரண்டாம் சரணத்தில் வரும் "குனியக் குனியக் கொட்டுபவன் முட்டாளே, கொட்டக் கொட்டக் குனிபவனும் முட்டாளே" வரிகள் சமநிலையான தத்துவத்தைச் சொல்லும்.

ஒரு திங்கள் காலையைப் பரபரவெனத் தொடங்க உகந்த பாடல் இது என்பேன்.

★

*(3)*

**பாடல்: சின்னமணி குயிலே**

**ஆல்பம்: அம்மன் கோவில் கிழக்காலே (1986)**

கங்கை அமரன் வரிகளை எஸ்பிபி பாடி இருப்பார். *Stalking / Eve teasing flavour*-ல் ஆணை எதிர்த்துப் பேசும் பெண்ணுக்குப் பாடம் கற்பிக்கும் *chauvinist tone* கொண்ட ஒரு பாடல்தான். ஆனால் அன்று நிலவிய அளவுகோல்களுக்கு இதில் சிக்கலில்லை.

இடையே திரும்பத் திரும்ப வரும் சன்னப் புல்லாங்குழல் இசை நிஜமாகவே ஒரு குயில் போலவே இருக்கிறது - எனவே பாட்டுக்கு எழுதப்பட்ட மெட்டாக இருக்கலாம் என ஊகிக்கிறேன். கவனித்தால் சந்தத்துக்குள் அடங்கும் நிமித்தம் பாடலின் சொற்களில் ஆங்காங்கே இழுவையும் அழுத்தமும் சேர்த்துக் கொண்டு இருப்பதை உணரலாம். உதாரணம்: சின்னா மாணிக் குயீலே, பட்டூத் தூணியூடுத்தி.

"உன் சேலை காற்றில் ஆட, என் நெஞ்சும் சேர்ந்தாட" என்ற வரிகளின் குறும்பு புன்னகை தர, "நீ அடிக்கடி அணைக்கனும் கண்மணி கண்மணி" என்ற வரிகளினூடான இசை நயம் இப்பாடலை நெஞ்சுக்கு நெருக்கமாக்குகிறது. மெல்லிசைப் பாடல் வகைமையில்தான் வரும் என்றாலும் மனதைத் துள்ளச் செய்கிறது!

தென்றல் வந்து தீண்டும்போது போலவோ, நீ பார்த்த பார்வைக்கொரு நன்றி போலவோ காதலின் தீபமொன்று போலவோ இது ஓர் ஆழ உணர்வை, சூழலை வெளிப்படுத்தாத பாடல் என்பதால் இதற்கு ஒரு க்ளாஸிக் தன்மை மறுக்கப்படுவதாகத் தோன்றுவதுண்டு. ஆனால் இளையராஜாவின் சிறந்த பத்துப் பாடல்களில் ஒன்றாக இடம் பெறும் தகுதி வாய்ந்த பாடல் என்பது என் துணிபு.

★

*(4)*

**பாடல்: அடி பூங்குயிலே**

**ஆல்பம்: அரண்மனை கிளி (1993)**

வாலியின் வரிகளை மனோ - மின்மினி ஆகிய இருவரும் இணைந்து பாடிய பாடல் (ஓர் ஆண் குரல், பெண்கள் சேர்ந்திசை என்ற அமைப்பு).

காதல் ஏக்கம் மிகுந்து தன் நிலை மறக்கும் ஒரு பெண்ணை சுற்றியுள்ள பெண்கள் கூடி நின்று விசாரித்துப் பாடும் சூழல். அந்த வகையில் தனித்திருக்கும் தலைவியிடம் அவள் காதல் குறித்துக் கேட்கும் தோழி என்ற சங்க கால அகத்திணைப் பாடலின் சாயை நிரம்பியது.

நிலவொளிரும் ஓர் இரவின் குளிர்ச்சியைத் தாங்கி நிற்கும் பாடல். கோரைப் புல்லில் நெய்த பாயைப் போல் நேர்த்தியான இசை. கேட்கும்தோறும் மனதில் காதலின் தீராத தித்திப்பைத் தவறாமல் தூவிச் செல்வது; அடியாழத்தில் ஒளிந்திருக்கும் காமத்தின் உணர்கொம்புகளைக் கிளர்த்திப் போவது.

“யாரிடத்தில் உன் மனசு போச்சு, நூலப் போல உன் உடம்பு ஆச்சு” என்ற வரியில் பசலையுறும் பெண்ணின் சித்திரம் நிலை கொள்கிறது. “பூ பூவா பூக்க வச்ச மாமன் அவன் யாரு, பாடுகிற பாட்டுலதான் நீயும் அதை கூறு” என்ற இடத்தில் அவள் அவனை எண்ணி வெட்கமுறும் காட்சி துலங்குகிறது. மொத்தமாகப் பார்த்தால் காதலிக்கும் பெண்ணின் உடல் மற்றும் மன அவஸ்தைகளை இசையில் மொழிபெயர்க்கும் அற்புதம் என்று இப்பாடலைச் சொல்லலாம்.

2000ங்களில் மினி பஸ்களில் எத்தனையோ ஜோடிகளைக் காதலிக்க வைத்த பாடல் இது!

★

*(5)*

**பாடல்: போட்டு வைத்த காதல் திட்டம்**

**ஆல்பம்: சிங்கார வேலன் (1992)**

கமல் ஹாசனும் மனோவும் சேர்ந்து பாடியது (விக்கிபீடியா மனோவுக்குப் பதிலாக அருண்மொழி, சாய்பாபா என்கிறது). எழுத்து வாலி. நாயகனிடம் அவனது காதலை ஏற்றுக் கொண்டதாக நாயகி சொன்னதும், இருவரும் ஓடி வந்து அணைத்துக் கொள்ள அந்த மார்பழுத்தத்தில் இந்தப் பாடல் வெடித்துப் பிறக்கிறது. காதலிக்கப்படுதலை அறியும் கணத்தின் போதையை வெளிப்படுத்தும் பாடல் என்பதால்தான் இங்கே இது டூயட்டாக அல்லாமல் (காதலியின் முடிவை அறிந்த) ஆண் குரலில் மட்டும் அமைந்திருக்கிறது.

கேட்ட உடனே பாதங்களை ஆட வைக்கும் பட்டாசான அரை நிமிட *prelude*. அதை மய்யமாக வைத்துக் கொண்டு காம்பஸ் வைத்து அரை வட்டம் வரைந்தது போல் பிசிறே இல்லாமல் வழுக்கிச் செல்லும் பல்லவி. அடுத்து வரும் *Interlude*-ஆனது சரணத்தில் உச்ச ஸ்தாயியில் ஏறப் போகும் குரலுக்கு நம்மைத் தயார்படுத்த மேல்நோக்கிய ஒரு பாலம் அமைக்கிறது.

“காவேரி அல்ல அணை போட்டுக் கொள்ள இந்தக் காதல்“ என்று தொடங்கும் சரணம்தான் என்வரையில் இப்பாடலின் தனித்துவம், அடையாளம். சரணம் முழுக்கவும் காதலை ஓர் உணர்வுப்பூர்வச் சங்கதியாக அல்லாமல் உற்சாகத்தின் திரளாக முன்வைக்கிறது. இறுதியில் அதற்குத் தொடர்பற்று, குரல் சன்னமாகக் கீழிறங்கி “பயம் விட்டு, புது புரட்சி நடத்தலாம்“ எனக் காதலியைக் கரங்கள் விரித்து அழைப்பதோடு சரணம் நிறைகிறது.

காதலின் தொடக்கம் எவ்வளவு அழகாக இருக்கும் என இசையால் சொல்கிறது.

★

*(6)*

**பாடல்: வாங்கும் பணத்துக்கும்**

**ஆல்பம்: தோனி (2012)**

நா. முத்துக்குமார் எழுதியது. கீழ்நடுத்தர வர்க்கத்தின் பாடுகளை வேடிக்கை பார்த்து இயற்கை / கடவுள் பாடும் சூழல் என்று வைத்துக் கொள்ளலாம். ஆனால் துயர்ச் சாயை, இரக்கத் தொனி இல்லாது ஓர் அங்கதப் புன்னகையுடன் எஸ்பிபி பாடியிருக்கிறார்.

பல்லவியின் இசைதான் முன்னிசையும். இது ஒரு தத்துவப்பாடல் என்பதால் வரிகளுக்கு முக்கியத்துவம் தந்து இசை பதுக்குகிறது. அதன் வழி அனுபல்லவியில் வரும் "வாடக வீட்டுல வீசுற காத்துக்கு கட்டணம் உண்டாடா" போல் பிரமாத வரிகள் நாடகீயமான ஏற்ற இறக்கம் கொண்ட குரலில் ஏறி வந்து மனதில் சம்மணமிட்டு அமர்ந்து கொள்கின்றன.

இப்பாடலில் ஒரு தனித்துவம் முதல் இடையிசை பகடித் தொனியிலும் இரண்டாவது இடையிசை சோகத் தொனியிலும் அமைந்திருப்பது. ஆனால் பாடலின் ஒட்டுமொத்த *mood* அதுவல்ல என்பதால் இரண்டாவது இடையிசையின் போது எஸ்பிபி தன் வாய்ப்பாட்டின் மூலம் "ரிஞ்சக்கு சஞ்சக்கு" என்று பாடி அந்தச் சோகத்தை அமுக்கிப் பழையபடி கொண்டு வருவது *brilliant.*

இரண்டாம் சரணம் "உறவு நெறைய இருக்கு, அது செலவுதானே நமக்கு; சேத்து வெச்ச சொத்து, அது நட்புதானடா" என்ற சிறப்பான வரிகளில் நம்மை யோசிக்க வைத்து "அடுத்த நாளை அடுத்த நாளில் பார்க்கலாம்" என்று நம்பிக்கை சொல்லியும் வேறு வழியுமில்லை அதுவே யதார்த்தம் என்றும் அடிக்கோடிட்டுக் காட்டியும் முடிகிறது. மீண்டும் பல்லவி.

மனம் சுணங்கும் வேளைகளில் கேட்க உகந்த பாடல். அங்கதம் ஆறுதலும் அளிக்கும்!

★

*(7)*

**பாடல்: வெள்ளி நிலவே**

**ஆல்பம்: நந்தவன தேரு (1995)**

*இயக்குநர் ஆர்வி உதயகுமார் எழுதி எஸ்பிபியும் உமா ரமணனும் பாடியது (உடன் எஸ்என் சுரேந்தர், அருண்மொழி).*

வாழ்ந்து கெட்ட நாயகி நாயகனின் சிறிய வீட்டில் அடைக்கலம் ஆகிறாள். அவள் துயரில் இருக்கிறாள். அவன் அவளைக் காதலிக்கிறான். இச்சூழலில் அவளுக்கு ஆறுதல் உரைத்து, நாங்கள் இருக்கிறோம், மீண்டு விடலாம் என நம்பிக்கை தந்து நாயகன் தன் நண்பர்களோடு சேர்ந்து பாடுகிறான்.

வழக்கமான இசைக் கருவிகள் இல்லாமல் தட்டுகள், கரண்டிகள், பாத்திரங்களைத் தட்டி உண்டாக்கும் முன்னிசையில் *(unconventional prelude)* தொடங்குகிறது பாடல். அது ஒரு விதத்தில் நாயகன் வீட்டின் போதாமையை *(limited resources)* நமக்குக் கோடி காட்டுகிறது. அதாவது பெரிய இசைக் கருவிகள் இல்லாமலும் நல்லிசை உண்டாக்குவது போல் இந்த எளிய இல்லத்திலும் மகிழ்ச்சியாக வாழலாம் என்பதைக் குறியீடாக உணர்த்துகிறது.

அடுத்து வரும் பல்லவியின் இசை ஒரு தாலாட்டின் தொனியைக் கொண்டிருக்கிறது. அல்லது நிலா காட்டி சோறூட்டும் தாய்மையின் நெடி. வளர்ந்த பெண் என்றாலும் காதலி என்றாலும் சோகத்தில் இருக்கையில் குழந்தையாகவே பாவிக்க முடியும். "மின்னும் சிலையே, அன்னை போல் வரவா நானும் சோறூட்ட; உண்ணாதிருந்தால் இங்கே யார் வருவார் உன்னை சீராட்ட" என்று வரும் அனுபல்லவியும் அதை உறுதி செய்கிறது.

முதல் இடையிசை சட்டென அதிலிருந்து யூ-வளைவிட்டு அவளை உள்ளங்கையில் வைத்துத் தாங்கும் மெல்லிய காதல் உணர்வின் புறம் திரும்புகிறது. நாயகன் மனமே அதில் விரிகிறது. அடுத்து வரும் முதல் சரணத்தில் ஒரு நிதான உற்சாகம் வழிகிறது. கை பற்றி நம்பிக்கை கூறும் இசை அதுதான்.

இரண்டாம் இடையிசை முதலாவதில் இருந்து மாறானது. இளையராஜா பல பாடல்களில் இதைச் செய்திருக்கிறார். காரணம்

இரண்டின் வழியும் அவர் உணர்த்த விழையும் *mood* வேறு.

இப்பாடலில் இரண்டாவது இடையிசையில் காதலின் உற்சாகமே மேலோங்கி நிற்க, சோகம் அறவே இல்லை. அது கற்பனை. பிறகு கனவிலிருந்து மீண்டும் நிஜத்துக்குத் திரும்பும் இரண்டாம் சரணம். மறுபடி நம்பிக்கையூட்டல். "வானத்தோடு கோவம் கொண்டு நீ போவதேன் பால் நிலாவே; வானம் காக்க நாங்கள் உண்டு நீ நம்பியே பார் நிலாவே" என்ற வரிகள் நன்று.

பின் நாயகியே சமாதானமாகி பல்லவியைச் சற்று மாற்றிப் பாடுவதில் முடியும் பாடல்.

தொய்வாக மனம் உணரும் வேளைகளில் கேட்க மிகப் பொருத்தமான பாடல். நம் கை பற்றி ஆறுதலும் நம்பிக்கையும் தர வல்லது.

★

*(8)*

**பாடல்: உங்கப்பன் பேர**

**ஆல்பம்: சித்திரையில் நிலாச்சோறு (2013)**

இளையராஜா பாடியது. கங்கை அமரன் எழுதியது. படம் பார்க்காததால் ஊகமாகச் சொல்கிறேன் - ஒருவன் தனது புது மனைவியிடம் குழந்தை வேண்டும், அது எப்படிப் பட்டதாக இருக்க வேண்டும் என்று ஆசையாகக் கேட்டுப் பாடும் பாடல்.

போர் செல்லும் படையின் அணிவகுப்பை மனதில் நிறுத்தும் பிரமாதமான 40 விநாடி முன்னிசை. "உங்கப்பன் பேரை சொல்லிச் சொல்லி திட்ட ஒரு புள்ள பெத்து தா, திட்டுகிற அப்பனையும் திட்டுகிற புள்ள பெத்து தா" என்று தொடங்கும் மிக *unconventional*-ஆன பல்லவி வரிகள். ஒவ்வொரு வரிக்கும் இடையே அஹா அஹா அஹா என்ற பெண் அல்லது ஆண் குரல்கள். அதிலிருந்து இடையிசையில் இளையராஜா *branded* நாட்டுப்புற வயலினிசை தவழ, அடுத்து சரணம் தொடங்கும் முன்னால் நமக்கு ஓர் ஆச்சரியம் காத்திருக்கிறது - ஆண், பெண் குரல்களில் கோரஸ் வரிகள் வர பின்னாலேயே "ஏ தகததகதோம், ஏ தகததகதோம்" என உற்சாகம் பீறிட குரலிசை! பாடலை ரொமான்ஸ் மூடிலிருந்து

ஜாலியாக ஆக்கும் மாயத்தை நிகழ்த்துவது அவ்விடமே.

பிள்ளை மீதான எதிர்பார்பைச் சொல்லும் போது முதல் சரணத்தில் "அப்பன் போல புள்ள வந்தா, அப்பனுக்கும் கூட பல புத்திமதி சொல்லிக் கொடுக்கும்" என்ற வரிகளும், இரண்டாவதில் "சொல்லித் தந்த வித்தையெல்லாம் அவனுக்குப் பிறகும், அப்படியே புள்ளவழி அற்புதமா தொடரும்" போன்ற வரிகளில் தொனிக்கும் மெல்லிய தற்பெருமை புன்னகை தருகிறது. கங்கை அமரன் இளையராஜா மற்றும் கார்த்திக் / யுவனை எண்ணி எழுதிய வரிகளோ என்றும் தோன்றுவதைத் தவிர்க்க இயலவில்லை. இடையில் வரும் இரண்டாம் இடையிசையில் இளையராஜா ஹம்மிங் செய்ய, முதலாவதை விடவும் அதீத உற்சாகம் தெறிக்கிறது.

முன்னிசையில் தொடங்கிய ராணுவ நடையழகு பாடல் முடியும் வரையிலுமே பின்னணியில் தொடர்கிறது - அது உண்மையில் இளஞ்சோடிகளைச் சுற்றி நிற்கும் சுற்றத்தின் கைத் தட்டலோ- அதாவது அவர்களின் ஆசியோ - என்ற எண்ணம் ஒரு கட்டத்தில் கேட்பவருக்கு எழுகிறது. எனவே உற்சாகமும் மங்கலமும் ஒருசேர மண்டிய பாடல் இது என்று சொல்லலாம்.

உடனிருந்து பல காலைகளை *energetic*-ஆக எனக்குத் தொடக்கியிருக்கிறது இப்பாடல்.

★

*(9)*

பாடல்: Am I in Love?

ஆல்பம்: Love & Love Only (2015)

ஜூலியன் கரிகாலன் என்ற இந்தியர் இயக்கிய ஆங்கிலப் படத்தில் இடம் பெற்ற பாடல். *Rachael Leahcar* என்ற ஆஸ்திரேலியப் பாடகி பாடியது. *Denny Burgess* என்பவருடன் இணைந்து இயக்குநர் ஆங்கில வரிகளை எழுதி இருக்கிறார் - மிக எளிய உள்ளடக்கம்.

ஓர் ஆணுடன் பழகும் பெண் அவன் மீது காதல் வயப்படுகிறாள். அவள் தன் மன மாற்றங்களைப் பற்றிச் சொல்லி இதுதான் காதலா என்று வியக்கும் பாடல்.

படம் வந்த புதிதில் நான் நண்பர்களிடம் சொன்னதுண்டு. *Titanic* படத்தின் *My Heart Will Go On* என்ற மிகப் புகழ் பெற்ற காதல் பாடலுக்கு ஓர் இந்திய இசையமைப்பாளரின் பதில் இப்பாடல் என. இப்போது யோசித்தால் அதில் பெரிய மிகையொன்றும் இல்லை எனத் தோன்றுகிறது.

இளையராஜா இதில் மேற்கத்தியப் பாடல் கட்டுமானத்தையும் நம்மூர் வடிவையும் கலந்து *Intro - Verse 1 - Interlude 1 - Verse 2 - Interlude 2 - Verse 3 - Outro* என்ற ஒன்றை முயன்றிருக்கிறார் என நினைக்கிறேன்.

ஆர்பாட்டமற்ற *Intro* இசை, அதிலிருந்து ஏறி *Life alone* என்ற *Verse* தொடங்குகிறது. *What is wrong* என்பது வரை புலம்பல் போல் தொடரும் இசை சட்டெனக் காதலனின் சட்டையை மானசீகமாகப் பிடித்து உலுக்குவது போல *What have you done to me?* என்ற வரிகளில் தடம் மாறுகிறது.

பிறகு இடையிசை. அதன் முடிவில் *Intro* இசை கலந்து மறுபடி ஒரு *Verse* வரப் போவதை முன்னறிவிக்கிறது - இறுதியில் முன்பு போலவே அந்த சட்டை உலுக்கல். மூன்றாம் *Verse*-லும் இதே கதைதான். வரிகள் மட்டும் மூன்று *Verse*-களிலும் வெவ்வேறு. காதலை அவன் சொல்வானா, ஏற்பானா என்பது மாதிரி புலம்பல்கள். இறுதியில் அழகிய கிடார் கம்பிகளின் மெல்லிசையோடு முடியும் *Outro*.

இனிமையான பாடல் என்பார்கள் - கேட்க மனதுக்கு இதமாக இருக்கும். இப்பாடல் அந்த வகையில் வரும். காதல் பாடல் என்ற உருக் கொண்டிருந்தாலும் ஒரு வித சாந்தத்தையே இது தவழ விடுகிறது.

இரு புறம் மரம் சூழ, ஆளற்ற நெடுஞ்சாலையில் காரோட்டிப் போகும் உணர்வை அளிக்கும் பாடல்.

★

*(10)*

**பாடல்: ஏலே நீ எட்டிப் போ**

**ஆல்பம்: மும்பை எக்ஸ்ப்ரெஸ் (2005)**

*வாலி எழுதியது. பல்லவி வரும் இடங்களை எல்லாம் மூன்று ஆண்களும் (கமல் ஹாசன், சோனு நிகாம், ஷான்) அனுபல்லவி மற்றும் சரணங்களை இரண்டு பெண்களும் (சுனிதி சௌஹான் & ஸ்ரேயா கோஷல்) பாடியுள்ளனர்.*

*மும்பை என்ற பெருநகரின் இயல்புகளையும் மனித பலவீனங்களையும் பாடும் பாடல். படத்தின் ஆரம்பத்தில் பாத்திர அறிமுகமாக ஒரு பகுதியும் இறுதிக் காட்சியில் All is well that ends well என்ற mood-ல் ஒரு பகுதியுமாக இப்பாடம் வரும் என்பது என் நினைவு.*

*ஒட்டுமொத்தமாக ஏழரை நிமிடத்துக்கு மேல் நீளும் பாடல். வழமையான பாடல்களைவிட ஒன்றரை மடங்கு நீளம் இது. அதில் வெவ்வேறு அம்சங்களை இளையராஜா சேர்த்திருப்பதால் தலை வாழை இலையில் ஒரு ஃபுல் மீல்ஸ் உண்ட திருப்தி கிடைக்கிறது கேட்கையில்.*

*முதல் ஒரு நிமிடம் முழுக்க கமல் குரலில் ஆஆஆ என்ற தனியாவர்த்தன ஆலாபனை வருகிறது. சிறப்பான இடம். அடுத்து அரை நிமிடம் முழு இசை இன்றி சில ட்ரம்ஸ்களின் துணையுடன் பல்லவி வருகிறது. இதற்குப் பிறகுதான் நிஜப் பாடலே ஆரம்பிக்கிறது.*

*Rap இசை பாணியில் அரை நிமிடத்துக்கு ஓர் முன்னிசை. இளையராஜாவின் சிறந்த முன்னிசைகளில் ஒன்று இது. அன்றைய காலகட்டத்தில் outdated என்று அவர் மீது இருந்த பொதுப்புத்தி முத்திரைக்கு அவரது ரசிகர்களுக்குச் சொல்லக் கிடைத்த பதில்!*

*அதைத் தொடர்ந்து பல்லவி - அனுபல்லவி - பல்லவி மேற்சொன்ன வகையில் ஆண்கள், பெண்கள் குரலில். பின்னணியில் ஆட்டம் போட வைக்கும் அதிரடியான இசை. அதுவே தொடர்ந்து முதல் இடையிசை ஆரம்பித்துப் பின் மெல்ல நிதானமடைகிறது. அதனிடையே "ஐலாரே ஐல ஐலரே" என்ற குரலிசையும் வந்து*

சுவாரஸ்யப்படுத்துகிறது. அது அடுத்து வரும் தத்துவார்த்தமான முதல் சரணத்துக்கு நம்மைத் தயார்படுத்தல். அது பெண் குரலில் ஆண் உடலிச்சையின் அபத்தங்களைப் பாடுகிறது (இடையே ஆண் குரலில் "உதட்டில ஜெபிக்கிறே சாமிய, ஆனா உள்ளுக்குள் நெனக்கிற மாமிய" என்ற புன்னகை வரிகள்).

இப்பாடலில் இன்னொரு வித்தியாசம் இரண்டாம் இடையிசைக்குப் பதிலாக பெண் குரலில் மெல்லிய பின்னணி இசையுடன் ஒரு சிற்றுரை இடம் பெறுகிறது (குரங்குகள் சரணாலயம், இன்பா - சிற்றின்பா). அடுத்து இரண்டாம் சரணம் ஆண் பலவீனத்தின் பலனாகப் பெண்கள் அடையும் உச்ச பலத்தைப் பாடுகிறது. மீண்டும் பல்லவி - அனுபல்லவி - பல்லவி வந்து கமல் குரலில் "ஏ ஹே ஹே" என்ற ராகத்தோடு முடிகிறது.

அற்புதமான முத்து. சற்று விதியிளக்கிச் சொன்னால் குட்டி சிம்ஃபொனி எனலாம்.

★

*(11)*

**பாடல்: மலைக்கோயில் வாசலில்**

**ஆல்பம்: வீரா (1994)**

ஸ்வர்ணலதாவும் மனோவும் பாடியது. வரிகள் வாலி. நாயகி நாயகனிடம் தன் காதலைச் சொன்னதும் டூயட் ஆரம்பமாகிறது.

முக்கால் நிமிட முன்னிசையோடு இணைந்து ஸ்வர்ணலதாவின் ஓஓஓ என்ற கூவலில் அட்டகாசமாகத் தொடங்கும் பாடல். அந்த *Percussion* இசை பாடலின் இதயத் துடிப்புபோல் இறுதி வரை நில்லாமல் தொடர்கிறது.

பல்லவி பெண் குரலில் வர, பல்லவியின் வரி ஒவ்வொன்றின் முடிவிலும் அவ்வரியை அடிக்கோடிடுவது போல் வாண வேடிக்கை வானில் பாயும் சப்தம் வந்து போவது இப்பாடலின் தனித்துவம். அடுத்து மெல்ல மேலேறி, பெண்களின் கோரஸில் வரும் "முத்து முத்துச் சுடரே" எனத் தொடங்கும் அனுபல்லவி இப்பாடலின் இன்னோர் அடையாளம். பின் ஆண் குரலில் மறுபடி ஒருமுறை பல்லவி - அவனே மையம் என்ற நினைவூட்டலாய்!

முதல் இடையிசை பெண் கோரஸ் ஓஓஓ உடன், புல்லாங்குழலையும், வயலினையும் குழைத்துக்கொண்டு தளும்புகிறது. முதல் சரணத்தில் “தேரழகும் சின்னப் பேரழகும் உன்னைச் சேராதா உடன் வாராதா, மானழகும் கெண்டை மீனழகும் கண்கள் காட்டாதா, இசை கூட்டாதா” என்பதுபோல் சந்த நயம் மிக்க சொற்கள் உட்கார்ந்த, மெல்ல கால்களை நடனமாடப் பணிக்கும் துள்ளல் இசை.

இரண்டாம் இடையிசையில் வேறோர் ஓஓஓ, வேறொரு புல்லாங்குழல், வயலினுக்குப் பதில் வீணை. முதலாவதை அடியொற்றிய இரண்டாம் சரணம் அதே போல் ஆண் பெண் உரையாடலாக. இறுதியில் மீண்டும் பல்லவி - அனுபல்லவி - பல்லவி என்று முடிகிறது. இறுதிப் பல்லவியை இரு பாலினரும் பாடுகிறார்கள் - அவர்கள் மனம் ஒன்றியைந்து விட்டது என்பதன் அடையாளமாக.

தூய காதலுக்கு என்று ஓர் ஒளி உண்டு. அது நம் காதுகளில் ஒலி அவதாரமெடுத்துப் பிரகாசிக்கிறது இந்தப் பாடலில்.

★

*(12)*

**பாடல்: உலகம் இப்போ**

**ஆல்பம்: அழகர் மலை (2009)**

வாலி எழுதிய பாடலை இளையராஜா பாடி இருக்கிறார். படத்தில் பாடல் சூழல் அறியேன். அடிப்படையில் இது ஒரு தத்துவப் பாடல். சொல்லப் போனால் ரஹ்மான் ஆஸ்கர் வாங்கிய காலத்தில் வன்ம ஒப்பீடுகள் எழுந்த போது அதற்கு ராஜா அளித்த பதில். அவர் குரலிலேயே அமைந்த பிரகடனம்!

ஆ...ஹாஹாஹா என்ற ராஜாவின் குரலோடு இணைந்து தொடங்கும் முன்னிசை ஆஹா எனும்படி இனிக்கிறது. தொடர்ந்து “நான் ஏன் உலகத்தோடு ஓட வேண்டும்?” என அமைதியும் அடக்கமுமாக பல்லவி வருகிறது. பின் அதிலிருந்து எழுந்து, “இங்கே இருந்து செய்ததெல்லாம் வேலை இல்லையா?” என்று குரலுயர்த்திக் கேட்கிறார் அனுபல்லவியில்.

அது முடிகையில் ஒரு சிறுகுழந்தையின் அப்பாவித்தனத்துடன்

“இந்த மாற்றம் நமக்கு அவசியமா?” என்கிறார். கவனிக்கும் நமக்கு உள்ளம் சுணங்கவே செய்கிறது. பிறகு சட்டென வளர்ந்து ஒரு சிறுவனின் உற்சாகத்துடன் மறுபடி பல்லவி எடுத்துப் பாடுகிறார்.

தாள வாத்தியத்தில் நல்ல மெல்லிசையாக ஆரம்பிக்கும் முதல் இடையிசை ராரரரரா என்ற ராஜாவின் முணுமுணுப்புடன் ஓய்கிறது. முதல் சரணத்தில் உள்ளூர் பெருமை பேசி சற்று உரக்கவே “வெளியே போவது இழிவு” என்கிறார். அதிலிருந்து இறங்கி அனுபலல்லவியில் கண்ட அதே குழந்தைக் குழைவு மறுபடியும் வருகிறது!

இரண்டாம் இடையிசை முழுக்க வரும் ஹார்மோனிய விளையாட்டு உற்சாக உணர்வாக வெளிப்படுகிறது. இரண்டாம் சரணமும் முதல் சரணத்தின் பிரதியாக. இறுதியில் அந்தக் குழந்தைத் தொனியில் மனம் நிரம்பி வழிவதை இளையராஜா சொல்கையில் நமக்கு உள்ளே உடைகிறது.

அடுத்தவருடன் ஒப்பிட்டு மன நிம்மதி இழக்கக்கூடாது, வெளி அங்கீகாரமல்ல, சுயதிருப்தியே முக்கியம் ஆகியவற்றை இப்பாடல் இசைப்பதாக எடுக்கலாம்.

என் அகக் கொந்தளிப்புகளைப் பல முறை சாந்தப்படுத்தி இயல்பாக்கிய பாடல் இது.

★

*(13)*

**பாடல்: அடடா அகங்கார**

**ஆல்பம்: பிதாமகன் (2003)**

மு.மேத்தா இயற்றி ஜேசுதாஸ் பாடியது. கொடியவர் வதம்தான் இந்தப் பாடலின் சூழல். இது ஒரு பூரணமான *masculine* பாடல்.

தாள வாத்தியங்களில் தொடங்கி சட்டென வயலினுக்கு மாறிச் சிலிர்ப்பூட்டும் சிறிய முன்னிசை. அந்த இசை மெல்லத் தேய்ந்து அமுங்க, ஜேசுதாஸ் பல்லவியைப் பாட ஆரம்பிக்கிறார். சட்டென மறுபடியும் ரௌத்ர இசை தொற்றுகிறது. அநியாயம் கொல்வேன் என்ற பொருளில் ஆக்ரோஷமாகத் தொடங்கி நாயகனின்

பின்புலம் பற்றிய பிரகடனத்துடன் அனுபல்லவி முடிகையில் மனம் அதிர்கிறது: "தகனம் நடக்கும் இடத்தில் எனது ஜனனம் என்று புரிந்து கொள்ளு, மனிதா."

முதல் இடையிசை சினத்தைப் பெயர்த்தது போல் பதற்றம் பூசி ஒலிக்கிறது. முதல் சரணத்தில் ஜேசுதாஸ் குரலுடன் கோபம் கொண்ட பெண் தெய்வப் பெயர்களை ஜெபிக்கும் கோரஸ் வருகிறது. அதைத் தொடர்ந்து ஜேசுதாஸ் குரல் உச்சத்துக்கு எகிறி இறுதியில் நல்லது நடக்கட்டும் என்ற நேர்மறைக் குறிப்புடன் முடிகிறது.

இரண்டாம் இடையிடை போர்க்களச் சங்கூதலுடன் ஆரம்பிக்கிறது. அது ஏராள வயலினுக்கு மாறி கொம்பூதுகிறார்கள். அதிலிருந்து இரண்டாம் சரணம் எழுகிறது. இதில் கோரஸ் சிவனின் அடையாளங்களைப் பாடுகிறது. அது முடியும் போது வரும் வரிகள் மயிர்க்கூச்செரியச் செய்கின்றன: "தடுப்பவன் எவனடா, திறமுடன் தாண்டி வா எல்லையை, எனைத் தொட ஒருவன் இல்லை, இருவன் இல்லை, எவனும் இல்லையே!"

இசையின் ருத்ர தாண்டவம் இப்பாடல். ஆனால் கடும் சினத்திலிருக்கையில் இதைக் கேட்டு ஆசுவாசம் அடைய முடியும் என்பது வியப்பு!

★

*(14)*

**பாடல்: தமிழனோட வீரமெல்லாம்**

**ஆல்பம்: தமிழரசன் (பாடல் வெளியீடு - 2019)**

ஏஆர்பி ஜெயராம் என்பவர் எழுதி சித் ஸ்ரீராம் பாடியது. அவர் பாடிய ஒரே குத்துப் பாடல் இதுவாக இருக்கலாம். நாயக அறிமுகப் பாடல் என்று ஊகம் செய்கிறேன் (படம் இன்னும் வெளியாகவில்லை) - அதோடு தமிழர் பெருமையைப் பாடுகிறார்கள். இளையராஜா இசையில் சித் ஸ்ரீராம் பாடிய சொற்ப பாடல்களில் இதுவே ஆகச் சிறந்தது!

அரை நிமிட முன்னிசையில் வருவது சிறப்பான கிராமியக் குத்து. தொடர்ந்து பட்டாசு வெடிக்கும் ஒரு திருவிழாவின்

உற்சாகத்துடன் பல்லவி வருகிறது. அதிலிருந்து இறங்காமல் படரும் முதல் இடையிசை கொஞ்சம் முன்னிசையைக் கடன் வாங்கிக் கொள்கிறது. சட்டெனப் பின்வாங்கியது போல் இறங்கி தபேலா ஒலிக்க, முதல் சரணம் ஆரம்பிக்கிறது.

ஒரே சரணத்தில் மூன்று வித இசை வருவது வியப்பு: 1) வடக்கே இமயம் தொட்டு 2) நாட்டோட எல்லையே 3) முண்டாச கட்டிக்கிட்டு என மூன்றும் வெவ்வேறு ஜாதி. "தெற்கே தட்டி தட்டி சிலையெடுத்தான்" என்ற வரிகளைக் கேட்கையில் நிஜமாகவே சிற்பம் செதுக்கும் உளிச் சப்தம் நம் மனதில் ஒலிக்கிறது.

இரண்டாம் இடையிசையில் மேற்கத்திய வாசனை வீசத் தொடங்கிப் பின் முதல் இடையிசை வந்து சேர்ந்து கொள்கிறது. இரண்டாம் சரணம் முதலாவதைப் போலவே - அதில் சில நல்ல தத்துவ வரிகள் உண்டு: "எல்லோருக்கும் நல்லவன் எங்கேயும் இல்லடா, கடவுளுக்கும் எதிரிகள் இருந்தாங்கடா" மற்றும் "உன்னோட ஆடுறவன் உன்னோட நண்பன்தான், உனக்கு அவன் போட்டிதான், எதிரி இல்லடா."

எப்போது கேட்டாலும் தவறாமல் மனதையும் உடலையும் துள்ளச் செய்யும் ஒரு பாடல்.

★

*(15)*

**பாடல்: அஞ்சலி அஞ்சலி**

**ஆல்பம்: அஞ்சலி (1990)**

வாலி எழுதிய பாடலை சத்யா, கார்த்திக் ராஜா, யுவன் ஷங்கர் ராஜா, பவதாரிணி, வெங்கட் பிரபு, ப்ரேம்ஜி அமரன், பார்த்தி பாஸ்கர், ஹரி பாஸ்கர், வைஷ்னவி என்று ஒரு வாண்டுக் கூட்டமே பாடியிருக்கிறது (எல்லாம் பாவலர் சகோதரர்கள் மூவரின் வாரிசுகள்).

அஞ்சலி என்ற மனநலம் முழுமையடையாச் சிறுமியை அவளது சுற்றத்துச் சிறுவர் சிறுமியர் நட்பாக ஏற்றுக் கொண்டு அவளோடு ஆடிப் பாடுவதுதான் சூழல். அடிக்கடி தமிழ் சினிமா காணாத *situation.*

இதில் பல்லவியின் சொற்களேதான் முன்னிசையின் பாத்திரமேற்கிறது. இசையில்லாமல் வரிகள் மட்டும் அரை நிமிடம் ஒலித்து பிறகு இசை சேர்கிறது. அது எளிய விளம்பர ஜிங்கில்ஸ் இசை.

முதல் இடையிசை சாக்ஸஃபோன் போல் ஒரு குழலிசையில் ஆரம்பித்து சோம்பலாக மாறிப் பின் வேறொரு பரிணாமம் கொள்கிறது - ஒரு நிமிடம் நீடிக்கும் நீளமான *interlude.* அதன் பிறகு முதல் சரணம் குழந்தைகளின் நடனத்துக்குரிய தாளக்கட்டுடன் இருக்கிறது.

சரணத்தின் பிற்பகுதியில் வரும் பல்லாக்கு, மத்தாப்பு, ராசாத்தி ஆகிய சொற்களின் *repititionதான்* அதன் மைய அழகு. அதன் பிறகு "வராமல் வந்த தேவதை, உலாவும் இந்த வெள்ளித் தாரகை" என்ற இடத்தில் மொத்தக் குரல்களும் உயர்கின்றன.

முதலாவதை விடச் சிறப்பான இரண்டாம் இடையிசை 40 நொடிகள் நீடிக்கிறது. இரண்டாம் சரணம் முதலாவதை அச்சு பிசகாமல் அடியொற்றி - குறிப்பாக அந்தச் சொற்களின் *repitition* இடங்கள்.

தற்காலிகமாகப் பால்யத்தின் நிம்மதிக்குத் திரும்பும் ஒரு மாயப் பாதை இந்தப் பாடல்.

★

*(16)*

**பாடல்: தென்பாண்டிச் சிங்கமடா**

**ஆல்பம்: தென்பாண்டிச் சிங்கம் சீரியல் (1996)**

கலைஞர் எழுதி இளையராஜா பாடிய பாடல். வரலாற்றைத் திரும்பிப் பார்த்து வாளுக்கு வேலி என்ற சிற்றரசனின் வீரத்தைப் பாடுவது.

முன்னிசைக்கு முன்னே எந்தப் பின்னணி இசையுமின்றி கட்டியங்கூறல் போல் சில வரிகள் வருகின்றன - பல்லவியிலிருந்து வேறுபட்ட செம்மை வரிகள். ("வருகுதையா மறவர் படை வானவில் சேனைதளம், மறவனோட எதிராளி மாண்டவர் கோடி லட்சம், கையிலே வீச்சருவாள் காலிலே வீர தண்டை,

நெற்றியில் பொட்டு வைத்து நீல வண்ணப் பட்டுடுத்தி, தோளே வாளான துடியான வீரனடா.") கலைஞரின் அமிர்தம்!

பிறகு தாள இசை *(percussion)* முழங்க போர் முரசில் கொம்பூதுவது போல் கம்பீரமான முன்னிசை ஆரம்பிக்கிறது. அந்தத் தாள இசை பாடல் நெடுகிலும் தொடர்கிறது. அதுதான் பாடலின் சாரம் அல்லது ஆன்மா.

பல்லவி முடிந்து முதல் இடையிசை ஆஆஆ எனக் குரலிலேயே வருகிறது. முதல் சரணத்தில் ஒரு வரியை இளையராஜா பாட, கோரஸ் குரல்கள் அதை மறுபடி பாடுகின்றன. அதாவது ஒரு மாமன்னன் வரலாற்றை ஒரு பெரும்பாணன் முன்மொழிய அதை ஆமோதித்து வெகுமக்கள் வழிமொழிவது போன்ற உணர்வை உண்டாக்குகிறது.

இரண்டாம் இடையிசை அப்படியே முதலாவது - இளையராஜா பொதுவாக இரண்டும் வெவ்வேறாக அமைப்பதே வழக்கம். "கை வளரி வீசி விட்டால் கைலாசம் கலங்குமடா, வேல் கம்பு விட்டெறிஞ்சா வெண்ணிலவில் தைக்குமடா" போன்ற அற்புத வரிகள் இரண்டாம் சரணத்தில் வருகின்றன.

வரலாற்றுக் கதைகளுக்கு பாடலிசை தர இந்தியாவிலேயே நான்தான் கொம்பன் என இளையராஜா அறைகூவிய பாடல்!

★

*(17)*

**பாடல்: Hudugatave Hudukatavo**

**ஆல்பம்: Mythri (2015)**

கன்னடப் பாடல். எழுதியவர் யோகராஜ் பட், பாடியது மோனிஷா மற்றும் குழுவினர். சிறார் குற்றவாளிகள் ஆடிப் பாடுவதும் இடையில் போலீஸ் துரத்துவதும் என்கிற ஜாலி பின்னணியில் வரும் பாடல் என நினைவு.

குற்றம் நிகழ்வதை உணர்த்தும் சீரியஸான முன்னிசை சட்டென ஆட்டம் போடும் துள்ளல் இசைக்கு மாறுகிறது. பல்லவியில் ஒரு சுயதம்பட்ட அலட்டலின் உற்சாகம். அடுத்து *"Hudugatave*

*Hudukatavo*" எனத் தொடங்கும் அனுபல்லவி வரியில் "ஒரு நாயகன் உதயமாகிறான்" இசை அப்படியே வருகிறது.

முதல் இடையிசை முழுக்க தந்தியிசைக் கருவிகளின் ஜாலம் - உடன் கொஞ்சம் தாள வாத்தியங்களும். அதையே தனிப்பாடலாகப் போடலாம் எனுமளவு நல்ல இசை. இரண்டாம் இடையிசையில் மெல்லிய ரொமான்டிக் வாசனை வீசுகிறது. இரு சரணங்களிலும் பாடலிலிருந்து விலகிய ஒரு நெகிழ்வு தென்படுகிறது. மொழி புரியாததன் பலனாக வரிகளின் சுமையின்றி இசையில் மட்டும் பிரத்யேக கவனம் குவிக்க முடிகிறது.

ஏற்கெனவே உள்ள உற்சாக மனநிலையை ஒரு படி உயர்த்திக் கொடுக்க வல்ல பாடல்.

★

*(18)*

**பாடல்: பொறந்தது பனையூரு மண்ணு**

**ஆல்பம்: மருதநாயகம் (படம் வரவில்லை. பாடல் 1997ல் இசையமைக்கப்பட்டிருக்கலாம்.)**

இளையராஜாவும் கமல்ஹாசனும் எழுதிய பாடலை இளையராஜா பாடியிருப்பார். மருதநாயகத்துக்கும் ப்ரிட்டிஷாருக்குமான பகையின் விளைவாக அவன் சந்தித்த இழப்புகளை, சமூக அவலங்களை அவன் வரலாறு கூறல் வடிவில் பாடும் பாடல்.

பாடலின் முன்னிசை குளம்பொலி துரத்தக் குதிரையில் பயணிக்கும் வீரனை மனக் கண்ணில் நிறுத்துகிறது. முன்னிசையின் பகுதியாகவே தாந்தன்னத் தாந்தன்னத் தானா என ராஜ குரல் எழுகிறது. நாட்டுப்புறத்தன்மை கொண்ட அந்தப் பகுதியே இந்தப் பாடலின் பிரத்யேக அடையாளமாகி நிற்கிறது.

பல்லவியில் சற்றே அமுங்கிய குரலில் வருகிறது. பின்னணியில் குழலோசை. அக்கிரமங்களைக் கண்டு துயரில் பாடும் தொனியாக எடுக்கலாம். அடுத்து மிகச் சிறப்பான இந்த அனுபல்லவி வரிகள் வருகையில் குரல் மேலே எழுகிறது: "மதங்கொண்டு வந்தது சாதி, இன்னும் மனுசனத் துரத்துது மனு சொன்ன நீதி."

இப்பாடலில் ஒரு இடையிசை மற்றும் ஒரு சரணம்

மட்டுமே இருக்கிறது. ஒருவேளை பாதிப்பாடல் மட்டுமே வெளியிட்டிருக்கலாம்.

ப்ரிட்டிஷ் போர்ப்படை அணுவகுப்பை நினைவூட்டும் அபாரமான முன்னிசை முடிந்து, “முப்புரம் எரிச்ச சிவனே” என முதல் சரணம் தொடங்குகையில் பின்னணியில் வரும் உடுக்கை இசை சிலிர்ப்பூட்டும் ஒன்று. அடுத்து துயர நிகழ்வுகளைச் சினத்துடன் உரத்த குரலில் சொல்லும் வரிகள் வருகின்றன.

சிறிய பாடல். ஆனால் நெஞ்சில் அதிரும் அதன் வீச்சினால் அளப்பரிய அதிசயம் ஆகிறது!

★

*(19)*

**பாடல்: ஜனனி ஜனனி**

**ஆல்பம்: தாய் மூகாம்பிகை (1982)**

வாலி இயற்றி இளையராஜா பாடியது. ஆதி சங்கரர் பாத்திரம் உருகியழைத்துப் பாடும் பக்திப் பாடல்; சக்தி உபாசனைப் பாடல்.

சமஸ்கிருத வரிகளும் வீணையின் ஸ்வரமும் கூடிய முன்னிசை கிட்டத்தட்ட ஒரு நிமிடத்துக்கு வருகிறது. மனதில் சாந்தியும் பொறுமையும் இருப்பவன் மட்டும் உள்ளே வா என்று சவால் விட்டுச் சொல்வது போல் இருக்கிறது.

எளிய இரு வரிகள் தொடர்ச்சியாகத் திரும்பத் திரும்ப வரும் பல்லவி. 80களின் இளமையான இளையராஜா குரலில் இயல்பிலேயே ஓர் ஆன்மீகத்தன்மை இருப்பது இப்பாடலை உயர்தளத்துக்கு இட்டுச் செல்ல உதவுகிறது. (இப்பாடலை முதலில் ஜேசுதாஸ் பாடுவதாக இருந்ததாக ஒரு பேட்டியில் ராஜா சொன்னார்.)

முதலாம் இடையிசையில் ஸ்பஷ்டமாக வீணை ஒலிக்கிறது. இளையராஜாவின் குரலில் ஒலிக்கும் முதல் சரணம் - ஒவ்வொரு முறையும் அவரது குரலை ஒட்டி அதே வரியைக் கோரஸ் பாடுகிறார்கள். அது இப்பாடலுக்கு ஒரு தேவாலய *choir* தன்மையை வழங்குகிறது. அதன் இறுதியில் “ஜகன் மோகினி நீ சிம்மவாஹினி நீ” என்று இரு முறை வருகிறது. முதல் முறை

குரல் உயர்த்தி ஆவேசமாகவும் மறுமுறை குரல் குழைந்து சரணடையும் தொனியிலும். ஆன்மீகம் என்பதே இவ்விரு நிலைக்கும் இடையிலான ஊசலாட்டம்தானே!

இரண்டாம் இடையிசை முழுக்க ரம்யமான புல்லாங்குழல் ஓசை. இரண்டாம் சரணம் அட்சரம் பிசகாமல் முதலாவதைப் போல்.

இப்பாடலின் வியப்பு இதில் மூன்றாம் சரணம் ஒன்று இடம் பெற்றிருப்பதுதான். இணைக்கும் மூன்றாம் இடையிசை முதலாவதைப் போலவே வீணை ராஜ்யம். மூன்றாம் சரண இறுதியில் "சக்தி பீடமும் நீ, சர்வமோட்சமமும் நீ" என்ற வரிகள் உச்ச ஸ்தாயியில் வருகையில் உடல் சிலிர்த்துப் போகிறது. அவ்வரிகள் மூன்றாம் முறை வருகையில் கடவுள் இருந்திருக்கலாம் என்கிற அசட்டு ஆதங்கம் எழாமல் இல்லை.

மானுடன் கடவுளைத் தொட்டு விட்ட தருணங்களில் ஒன்று இப்பாடல்.

★

*(20)*

**பாடல்: பொறுத்தது போதும்**

**ஆல்பம்: விடுதலை-2 (2024)**

யுகபாரதி எழுதி, யோகி பி பாடியது. படம் இன்னும் வெளியாகவில்லை. தமிழ் நக்சல்கள் மேலாதிக்கத்தை எதிர்த்து 80களில் நிகழ்த்திய வன்முறைப் போராட்டத்தின் மான்டேஜ் காட்சிகளாக இருக்கலாம் எனப் பாடல் வரிகளில் இருந்தும் லிரிக் வீடியோ *animation*-ல் இருந்தும் ஊகிக்க முடிகிறது. 1985-ல் வந்த 'போராடடா' பாடலின் பாணியிலானது.

கொம்பு இசை போல் தோன்றும் ஆரம்பக் கணங்களுடனூடாக போர் முரசு கொட்டும் முஸ்தீபுகளுடன் தொடங்குகிறது இப்பாடலின் *Prelude*. முழுமையான 40 நொடிகள் அது ஒரு ராஜ ஆலாபனைதான். பல முறைக்குப் பின்னும் அலுக்காது மயிர் கூச்செரியும்.

பல்லவியில் ஒலிக்கும் யோகி பி குரலில் ஆவேசமும் ஆக்ரோஷமும் தெறிக்கின்றன. ஒரு போராட்டக் குழுவை வீறு கொண்டெழச்

செய்யும் உத்தேசம் கொண்ட பாடல் வரிகள்.

முதல் *interlude*-ல் சற்றே கீழிறங்கி சற்று மென்மை காட்டும் இசை பிறகு மறுபடி *prelude*-ன் விரல் பற்றிக் கொண்டு மேலேறுகிறது. அதிலிருந்து அப்படியே நூல் பிடித்த மாதிரி முதல் சரணம் ஆரம்பிக்கிறது. அதன் மத்தியில் கோபம் தாண்டி ஒரு நியாயம் கேட்கும் தொனி வருகிறது ("கண்களை மூடி கைகளை ஏந்தி நின்றது போதாதா" என்ற இடத்தில்). அதாவது மீட்சிக்கு ஏங்கும் விரக்திக் குரல். இசை அதைத் துல்லியமாகக் காட்டுகிறது. அது உரத்துக் கேள்வி கேட்கும் ஒரு கேவல் குரலாக எழும்பி உச்சம் தொடுகிறது.

இரண்டாம் *interlude* பழைய சமூக நிலையை நினைத்துப் பார்க்கும் வகையில் உள்ளது. அதிலிருந்து தலைகீழாக மாறிப் போன நிலையை ஆயுதம் கொண்டு எதிர்கொள்ளும் தன்னம்பிக்கைக்கு மாறுகிறது. அதன் நீட்சியாக இரண்டாம் பல்லவியின் வரிகள் அமைகின்றன. "அன்பெனும் ஜோதி எங்கெனத் தேடி நிற்கிறதே வீதி" என்ற வரிகளில் இசையிலும் இது அத்தனையும் ஓர் அற வழியில் தீர்ந்திடாதா என்ற ஏக்கம் வழிகிறது. பின் சுதாரித்து அது சாத்தியமில்லை என்றுணர்ந்து மறுபடி வன்முறைக்கே மாறுகிறது.

பாடலின் இறுதியில் அழுத்தமாக மறுபடி ஒரு முறை சரணம் வருகிறது. இப்பாடலுக்கு உச்ச ஸ்தாயியில் பாடும் யோகி பியின் குரல் மிகப் பொருத்தமாக அமைந்திருக்கிறது.

கம்யூனிஸ்ட்களின் கொள்கைப் பாடலாக இது நெடுநாள் நிலைக்கும் எனப் படுகிறது.

★

*(21)*

**பாடல்: பல்லாண்டு பல்லாண்டு**

**ஆல்பம்: திவ்ய பாசுரம்ஸ் (2024)**

சிவனுக்கு திருவாசகம் ஆல்பம் தந்ததால் சைவத்துக்கு இணையாக வைணவத்தைச் சமன் செய்ய இளையராஜா பெருமாளுக்கு அருளியது பிரபந்தப் பாடல்களுக்குத் தன் இசையுடுத்தி

அலங்கரித்த திவ்ய பாசுரம்ஸ்! இந்தப் பாடல் பெரியாழ்வார் எழுதி இளையராஜா பாடியது. சொக்கிப் போகும் பக்திப் பரவசமான ஓசைத் தொகுப்பு!

முதல் முக்கால் நிமிடம் நீளும் ஓர் அற்புதமான *Prelude* - தென்றல் மாதிரி வழுக்கிக் கொண்டு வரும் இதமான இசை. சங்கீதக் கருவிகள் மட்டுமின்றி ஓ என்கிற தொடர் ஓங்காரமும், ஓம் நமோ நாராயணாய என ஜெபிக்கும் குரலும் அடங்கிய முன்னிசை.

அதன் பின் பல்லாண்டு பல்லாண்டு என்ற இளையராஜாவின் கனிந்த நனிகுரலில் தொடங்குகிறது பாடல். முற்றிலும் சரணடைந்த மனநிலை அதில் வெளிப்படுகிறது. அவ்வப்போது குழுவினர் குரலும் அவரோடு சேர்ந்து கொள்கிறது. ஒழுக்காய்ப் போய்க் கொண்டிருக்கையில் "படைபோர் புக்கு முழங்கும்அப் பாஞ்சசன்னியமும் பல்லாண்டே" என்ற வரிகளின் இடையில் சங்கொலி எழுகிறது. அதாவது பாஞ்சஜன்யம்! *Brilliant.*

இதைப் பல்லவி எனக் கொண்டால், அடுத்து மிருதங்கத்தின் அதிர்வுடன் தொடங்கும் ஒரு சிறிய இடையிசை வழிகிறது. அடுத்து வரும் சரணத்தில் அவர் சற்றே குரல் உயர்கிறது. உற்சாகமாக விஷ்ணுவை விதந்தோதும் தொனி. பின் துள்ளலாக ஒரு சிறிய இடையிசை. மறுபடி ஒரு சரணம். இங்கேதான் ட்விஸ்ட். இதோடு நில்லாமல் மறுபடி ஓர் இடையிசை, அடுத்து ஒரு சரணம். இறுதியாக ஆரம்பப் பல்லவி மறுபடி ஒலிக்கிறது. ஆக, வழக்கம் போல் இரண்டு சரணங்கள் அல்லாமல் மூன்றாக அமைந்த பாடல் இது. இச்சரணங்கள் அனைத்திலுமே மிருதங்கம் சன்னமாகப் பின்னணியில் ஒலித்துக் கொண்டிருக்கிறது.

இஃது இளையராஜா இசையில் ரஞ்சனி - காயத்ரி சகோதரிகள் பாடிய 'மாயோனே...' பாடலுடன் (படம்: மாயோன் 2022) இணை வைக்கத்தக்கது. இரண்டும் நாராயணனைப் பாடுவது என்ற ஒற்றுமை தாண்டி வேறு ஏதோ சூட்சம அம்சமும் சேர்ந்து கொள்கிறது.

ராஜா நமக்குத்தான் தாலாட்டுப் பாடுகிறார் என்றால் கிருஷ்ணனும் தப்பிக்க முடியாது!

(மார்ச் - ஏப்ரல், 2023)

★★★

# 2. இசைஞானி ஆயிரம்

இளையராஜாவை "இசை ஞானி" என்று அழைப்பதை *justify* செய்யும் அவரது ஆயிரம் பாடல்களை இத்தொடரில் பட்டியலிடவிருக்கிறேன். என் பார்வையில் இளையராஜா இசையமைத்த சிறந்த ஆயிரம் பாடல்கள் என இவற்றை எடுத்துக்கொள்ளலாம்.

நான் இசையைக் கற்றறிந்தவன் அல்ல. ஆனால் இசையை நுட்பமாய் ரசிக்கத் தெரிந்தவன். பாடலின் ராகம், தாளம் பற்றிய புரிதல் இல்லாவிட்டாலும், எனக்குப் பிடித்த சங்கீதம் யாரிடமிருந்து வந்தாலும் அதை அங்கீகரிக்க விரும்பும் ஒரு பாமர ரசிகன்.

உங்களுக்கு நல்ல பாடல் எனத் தோன்றுவது எனக்கும் அப்படியே இருக்க வேண்டும் என அவசியமில்லை. ஆக, இது எனது சொந்த ரசனை சார்ந்த பட்டியலே. தவிர இதில் பாடல்களுக்கு கொடுக்கப்படும் எண்கள் அதன் தர வரிசையைக் குறிப்பதல்ல.

வாரம் பத்துப் பாடல்கள் வீதம் நூறு வாரங்கள் இதை ஒரு தொடராக எழுதுவதாக உத்தேசம். இவ்வளவு காலம் எடுத்துக் கொள்வது இந்தப் பட்டியலின் *perfection*-காக. இது பல்வேறு விவாதங்களை உருவாக்கும் என உணர்ந்தே இதைத் தொடங்கியுள்ளேன்.

சர்வதேசத் தரமுடைய இசைக்குறிப்புகளை வழங்கிய ஒரு மாபெரும் கலைஞன் நம்மிடையே வாழ்ந்தான் என எதிர்காலம் பெருமைப்படவும், அவனுக்கு உரிய மரியாதையளிக்கத் தவறிவிட்டோம் என நிகழ்காலம் வெட்கப்படவும் இது உதவும்.

அதுதான் இத்தொடரின் *goal.* வாருங்கள், ஞானியின் இசையிலே நனைவோம்!

1. ஓம்சிவோகம் - நான்கடவுள்
2. பிச்சைப்பாத்திரம் - நான்கடவுள்
3. இளங்காத்துவீசுதே - பிதாமகன்
4. பிறையேபிறையே - பிதாமகன்
5. அடடா - பிதாமகன்
6. மாலைஎன்வேதனை - சேது
7. சிக்காதசிட்டொண்ணு - சேது
8. நெனச்சுநெனச்சு - சேது
9. வார்த்தைதவறிவிட்டாய் - சேது
10. எங்கேசெல்லும்இந்தப்பாதை - சேது
11. குரங்குகையில்மாலை - மும்பைஎக்ஸ்பிரஸ்
12. ஏலேய்நீஎட்டிப்போ - மும்பைஎக்ஸ்பிரஸ்
13. பூப்பூத்தது - மும்பைஎக்ஸ்பிரஸ்
14. உன்னவிட - விருமாண்டி
15. கொம்புலபூவசுத்தி - விருமாண்டி
16. அந்தகாண்டாமணி - விருமாண்டி
17. ராம்ராம் - ஹேராம்
18. நீபார்த்தபார்வைக்கு - ஹேராம்
19. இசையில்தொடங்குதம்மா - ஹேராம்
20. ராமரானாலும் - ஹேராம்
21. அந்தநாள்ஞாபகம் - அதுஒருகனாக்காலம்
22. உன்னாலதூக்கம்கெட்டு - அதுஒருகனாக்காலம்
23. காட்டுவழிகால்நடையா - அதுஒருகனாக்காலம்

24. எனக்குபிடித்தபாடல் - ஜூலிகணபதி
25. தண்ணிகொஞ்சம் - ஜூலிகணபதி
26. மாருகோமாருகோ - சதிலீலாவதி
27. ஆசைஅதிகம்வெச்சு - மறுபடியும்
28. நலம்வாழஎந்நாளும் - மறுபடியும்
29. எல்லோரும்சொல்லும்பாட்டு - மறுபடியும்
30. எல்லோருக்கும்நல்லகாலம் - மறுபடியும்
31. கஜுராஹோ - ஒருநாள்ஒருகனவு
32. காற்றில்வரும்கீதம் - ஒருநாள்ஒருகனவு
33. ஒருநாள்ஒருகனவு - கண்ணுக்குள்நிலவு
34. நிலவுபாட்டு - கண்ணுக்குள்நிலவு
35. ரோஜாபூந்தோட்டம் - கண்ணுக்குள்நிலவு
36. என்னைத்தாலாட்டவருவாளா - காதலுக்குமரியாதை
37. ஆனந்தகுயிலின்பாட்டு - காதலுக்குமரியாதை
38. ஒருபட்டாம்பூச்சி - காதலுக்குமரியாதை
39. ஓ பேபிபேபி - காதலுக்குமரியாதை
40. அய்யாவீடுதிறந்துதான் - காதலுக்குமரியாதை
41. ஏலேய்எங்கவந்த - மாயக்கண்ணாடி
42. கொஞ்சம்கொஞ்சம் - மாயக்கண்ணாடி
43. உலகிலேஅழகிநீதான் - மாயக்கண்ணாடி
44. குண்டுமல்லி - சொல்லமறந்தகதை
45. அம்மாசொன்ன - சொல்லமறந்தகதை
46. ஏதோஒண்ணு - சொல்லமறந்தகதை
47. பாட்டுசொல்லிபாடச்சொல்லி - அழகி
48. டமக்குடமக்குடம் - அழகி

49. உன்குத்தமா - அழகி
50. ஒளியிலேதெரிவது - அழகி
51. கண்ணனுக்குஎன்னவேண்டும் - தனம்
52. கையில்தீபம் - மனசெல்லாம்
53. நீதூங்கும்நேரத்தில் - மனசெல்லாம்
54. இளையநதிஇனியநதி - மனசெல்லாம்
55. என்னசொல்லி - என்மனவானில்
56. ஆத்தோரத்தில - காசி
57. என்மனவானில் - காசி
58. நான்காணும்உலகங்கள் - காசி
59. புண்ணியம்தேடி - காசி
60. ரொக்கம்இருக்குற - காசி
61. இஞ்சிஇடுப்பழகா - தேவர்மகன்
62. மாசறுபொன்னே - தேவர்மகன்
63. வானம்தொட்டு - தேவர்மகன்
64. அடபுதியதுபிறந்தது - தேவர்மகன்
65. சாந்துபொட்டு - தேவர்மகன்
66. போற்றிப்பாடடி - தேவர்மகன்
67. ஆலோலம்பாடி - ஆவாரம்பூ
68. சாமிகிட்டசொல்லி - ஆவாரம்பூ
69. அடுக்குமல்லி - ஆவாரம்பூ
70. நதியோரம்கரையோரம் - ஆவாரம்பூ
71. நிற்பதுவேநடப்பதுவே பாரதி
72. மயில்போல - பாரதி
73. கேளடாமானிடா - பாரதி

74. நாடுபார்த்ததுண்டா - காமராஜ்

75. வானவில்லே - ரமணா

76. மஸ்தானாமஸ்தானா - ராசையா

77. காதல்வானிலே - ராசையா

78. தென்றல்வரும் - ப்ரண்ட்ஸ்

79. குயிலுக்குகூக்கூ - ப்ரண்ட்ஸ்

80. மஞ்சள்பூசும் ப்ரண்ட்ஸ்

81. பொங்கலோபொங்கல் - மகாநதி

82. ஸ்ரீரங்கரங்கநாதனின் - மகாநதி

83. கண்மணிஅன்போடு - குணா

84. அப்பன்என்றும் - குணா

85. பார்த்தவிழி - குணா

86. அரிதாரத்தபூசி - அவதாரம்

87. ஒருகுண்டுமணி - அவதாரம்

88. தென்றல்வந்து - அவதாரம்

89. தீபங்கள்பேசும் - தேவதை

90. ஒருநாள் - தேவதை

*(மார்ச் ஜூலை, 2009)*

★★★

# 3.இதுதான் சிம்ஃபொனியா!

*கடந்த சில நாட்களாக சிகாகோ சிம்ஃபொனி ஆர்கெஸ்ட்ரா இசைத்த பீத்தோவனின் ஒன்பதாம் சிம்ஃபொனியை யூடியூபில் ஒலிக்கவிட்டுக் கேட்டுக் கொண்டிருக்கிறேன்.*

*அவரும் இளையராஜா போல் பெரிய ஆள்தான் போலிருக்கிறது!*

*(ஜனவரி 21, 2017)*

★

*எப்போதும் நம் சூழலில் க்ளீஷேவாக ஒரு விஷயம் சொல்லப்படுகிறது - 80களில் வந்த இளையராஜா இசையே சிறந்தது என. அதன் உட்பொருள் இப்போது அவர் இசை சிறப்பாக இல்லை என்பதே. ஆனால் என் புரிதலில் 80களில் வணிகரீதியாக வென்ற ராஜாவின் இசையும் இன்று அவர் போடும் (அதிக சந்தை மதிப்பற்ற) இசையும் ஒரே தரம்தான். அவர் 2000லிருந்து இன்று வரை போட்டவற்றில் அவற்றுக்கு இணையான பாடல்கள் பல இருக்கின்றன. திரும்பக் கேட்கத் தொடங்கி இருக்கிறேன். 80களுக்கு இணையாகவோ அதைவிட ஒரு படி மேலாகவோதான் இசையமைத்திருக்கிறார்.*

*அன்று அந்த இசை மக்களுக்குப் பிடித்தது, இன்று அது பிடிக்கவில்லை. அவ்வளவுதான். இன்று பிடிக்காததில் வருந்த ஏதுமில்லை. அன்று ஹிட் ஆனதற்கு மகிழவும் ஏதுமில்லை. ஏனெனில் அதுவே ஒரு விபத்துதான். அப்படி அல்லாவிடில் இளையராஜாவின் இசையை ரசிக்குமளவு நம் மக்கள் உயர்ந்த ரசனை உடையவர்கள் என்றாகி விடுமல்லவா!*

*என் நம்பிக்கை அவர் தன் மாஸ்டர்பீஸை இனிதான் உருவாக்கப் போகிறார்!*

*(மே 3, 2019)*

★

*இளையராஜா தன் சிம்ஃபொனியை எழுதி முடித்திருப்பதாக அறிவித்திருக்கிறார். என் கவலை எல்லாம் இளையராஜா லண்டனில் இந்த முதல் சிம்ஃபொனியை ரெக்கார்ட் பண்ணின வேகத்தில் அடுத்தடுத்து நோட்ஸ் எழுதி நூறு சிம்ஃபொனியோடு போய் நிற்கப் போகிறார். வெள்ளைக்காரன் வெலவெலத்துக் காலில் விழப் போகிறான்!*

*90களிலேயே லண்டனில் இளையராஜா ஒரு சிம்ஃபொனி இசையமைத்தாரே, பிறகு ஏன் இப்போது வரப்போகும் சிம்ஃபொனியை Ilaiyaraaja Symphony No.1 என்று அழைக்கிறார்?*

*ஜூலை 1993ல் RPO என்ற லண்டன் ராயல் ஃபில்ஹார்மோனிக் ஆர்க்கெஸ்ட்ராவில் இளையராஜா எழுதிய ஒரு சிம்ஃபொனி இசைக்கப்பட்டது. அதை நடத்தியவர் (conducted by) பிரபல ப்ரிட்டிஷ் இசையமைப்பாளர் ஜான் ஸ்காட். அது பற்றி The Hindu நாளேட்டில் இளையராஜா செப்டெம்பர் 1993ல் ஒரு நேர்காணலும் கொடுத்தார் - அதில் ஒரு மாதத்தில் அந்த சிம்ஃபொனியைத் தான் எழுதியதாகக் குறிப்பிடுகிறார். ஆனால் அந்த சிஃம்பொனியானது இன்று வரையிலும் பொதுவெளியில் வெளியிடப்படவில்லை.*

*பிற்பாடு அது பற்றி ஜான் ஸ்காட்டிடம் ஒரு சிங்கப்பூர் ரசிகர் மின்னஞ்சலில் கேட்ட போது சில விமர்சகர்களின் கருத்தால் புண்பட்டு இளையராஜா அதை வெளியிட மறுத்து விட்டதாகப் பதிலளித்தார்: "Ilayaraja and I became very close friends and I have tried to encourage him to get his symphony released. I believe he was hurt by a critics review, and this is the reason it has not been released. I had the privilege of conducting the recording sessions with the Royal Philharmonic Orchestra, in London, and we all believe it deserves to be released." அனுபவம்மிக்க இசை நடத்துநரான ஸ்காட்டின் கருத்துப்படி அது வெளியிடத்தக்க சிம்ஃபொனிதான் என்பதைக்*

கவனிக்கலாம். ஆனாலும் அந்த இசைக்கோர்வை சிம்ஃபொனி விதிகளுள் பொருந்தாத ஒன்று எனப் புரிந்து கொள்ளலாம். அதாவது குறைபட்டதொரு சிம்ஃபொனி என்றோ சிம்ஃபொனி தாண்டிய ஒன்று என்றோ எடுக்கலாம்.

இளையராஜா சிம்ஃபொனி பற்றிய தன் புரிதலை இப்படிச் சொல்கிறார்: *"It is a form of orchestration. We have in our system of music different elements — geetam, swarajathi, varnam, keerthanam. Film music is also a form, something like keerathanam with pallavi, anupallavi, and charanam. Symphony, which has three main elements, is a form too. What I do in films is also a kind of symphony. For a full-fledged orchestra, symphony is the mainstay."* இது தளையுடைத்த சிந்தனை என்றே படுகிறது. ஆனால் தற்போது மேற்கத்திய கலை வடிவின் கறார் கற்பை மதித்து அன்று தான் செய்ததை இனி சிம்ஃபொனி என அழைப்பதில்லை என இளையராஜாவே முடிவு செய்திருக்கிறார் என ஊகிக்கிறேன். அதனால்தான் இப்போது அவ்விதிகளுக்கு உட்பட்டு எழுதியிருப்பதை *Symphony* என்று அடையாளப்படுத்துகிறார்.

இங்கே இன்னொரு நாடகீய விஷயமும் சொல்லலாம். பாராவின் இறவான் நாவல் ஏறக்குறைய இந்தச் சம்பவத்தைத் தழுவியதுதான். அதில் வரும் முதன்மைப் பாத்திரம் சிம்ஃபொனித் தோல்வியால் கவித்துவ உயரத்தில் உயிர்த்தியாகம் செய்யும். அதாவது ஒரு பெருங்கலைஞனின் மரணம். ஆச்சரியகரமாக ஸ்காட்டும் தன் மின்னஞ்சலில் விமர்சகர்கள் கலைஞர்களைக் கொன்று விடுகிறார்கள் என்கிறார்: *"The trouble is that critics are capable of destroying sensitive artists and have done it throughout the history of music. The more one knows a piece of music the more one loves it, and the stupid critics are incapable of judging anything they have never heard before. They have seldom been right. There is a wonderful book by Nicolas Slonimsky entitled LEXICON OF MUSICAL INVECTIVE. It is a history of musical criticism since Beethoven's time. It shows how the critics have crucified every great composer without exception!"*

இரண்டையும் வைத்து யோசித்தால் *1993 so-called* சிம்ஃபொனியை எழுதிய கலைஞன் மரித்து விட்டான். இன்று இருப்பது வேறோர்

இளையராஜா. புதிய இளையராஜா. அவருக்கு இதுவே முதல் சிம்ஃபொனி என்ற வகையிலும் இந்த *No.1* பெயர் சரியே.

*Any way,* இன்றைய இளையராஜா பழைய இளையராஜாவின் *1993* சிம்ஃபொனியை வேறு தலைப்பில் வெளியிட வேண்டும். *Not a Symphony* என்ற பெயரிலாவது*!*

*(மே 17, 2024)*

★★★

# 4.ராஜவேர்வை

*"இது எனக்கான அங்கீகாரம் இல்லை; என் இசைக்கு கிடைத்த பாராட்டு."*

*- இளையராஜா (பத்மபூஷன் விருது பற்றி பத்திரிக்கையாளர் சந்திப்பில்)*

மத்திய அரசுக்கு என் ஆழ்ந்த அனுதாபங்கள்!

காலந்தாழ்ந்து தரப்படும் எந்த விருதுக்கும் அதற்குரிய நியாயமான மதிப்போ, பெருமையோ இருப்பதில்லை. ஆனால் துரதிஷ்டவசமாய், மத்திய அரசின் பெரும்பாலான பத்ம விருதுகள் இப்படித்தான். இந்தப் பின்னணியில்தான் இளையராஜாவுக்கு தற்போது பத்மபூஷன் விருது அறிவிக்கப்பட்டிருக்கிறது.

இதுபோன்ற பயனற்ற, காலம் கெட்ட பிறகான சூரிய நமஸ்காரத்தில் ஈடுபடும் மோசமான நோய் வாய்ப்பட்ட நிலையில் இருப்பதனால்தான் ஆரம்பத்தில் என் அனுதாபங்களை மத்திய அரசுக்கு உரித்தாக்கியிருந்தேன். மற்றபடி, இந்த விருது அறிவிப்பால் இளையராஜாவுக்கு ஒரு ரோமம்கூட பிரயோஜனமில்லை.

ஒரு மஹாசக்கரவர்த்திக்கு சிற்றரசு எனப் பட்டம் சூட்டுவதால் என்ன பயன்?

தனிப்பட்ட முறையில் ராஜா இதை எப்படி எடுத்துக் கொள்கிறார் என்பதில் எனக்கு அக்கறையில்லை (தன் சிஷ்யனுக்கும் தனக்கும் ஒரே நேரத்தில் ஒரே விருது என்ற ஒரு விஷயத்தை மட்டும் தவிர்த்து, அவர் இதற்கு மகிழ்வதாகத்தான் தெரிகிறது). "இளையராஜா தன்னைத்தானே குறைத்து மதிப்பிட்டார்", என்று ஷாஜி குறிப்பிட்டது உண்மையோ என்றுதான் எண்ணத் தோன்றுகிறது.

இரண்டு விஷயங்கள் இங்கு முக்கியமாகிறது. ஒன்று தரப்பட்டிருக்கும் காலம் (*How To Name It?, Nothing But Wind* போன்ற அற்புதங்களை ராஜா நிகழ்த்திய போது இந்த பத்மபூஷன் தரப்பட்டிருந்தால் சந்தோஷப்பட்டிருக்கலாம்). மற்றொன்று தரப்பட்டிருக்கும் விருது (பத்மபூஷனுக்கு மேலான விருதுகளைப் பெற்றிருக்கும் எம்.எஸ்.சுப்புலக்ஷ்மி, லதா மங்கேஸ்கர், ஆஷா போஸ்லே போன்றவர்களை விட அதிக சாதனைகளை அதே துறையில் நிகழ்த்திக் காட்டியவர் ராஜா).

ஆனால் இப்போதும் ஒன்றும் கெட்டு விடவில்லை. தற்போது கூட மத்திய அரசு தனது அறியாமையை உணர்ந்து கொண்டு பிராயச்சித்தம் தேடிக் கொள்ள ஒரு வழி இருக்கிறது. அதாவது, இசை ஞானி இளையராஜாவுக்கு தந்து நாமெல்லாம் ஆறுதல் பட்டுக் கொள்ளக்கூடிய உயரிய விருது ஒன்று உண்டு. அதன் பெயர் பாரத ரத்னா.

(ஜனவரி 27, 2010)

★

57வது தேசிய திரைப்பட விருதுகள் அறிவிக்கப்பட்டிருக்கின்றன. முதன் முறையாக தேசிய விருதுகளில் சேர்க்கப்பட்டுள்ள சிறந்த பின்னணி இசைக்கான விருதினை பழசிராஜா படத்துக்காகப் பெற்றிருக்கிறார் இளையராஜா. நான் எனது வருடாந்திர திரைப்பட விருதுகளில் சிறந்த பின்னணி இசைக்கான விருதினை இப்படத்திற்கே அளித்திருந்தேன் (*http://www.writercsk.com/2009/12/2009_31.html*). *CHEERS WITH R-A-A-J-A!*

(செப்டெம்பர் 15, 2010)

★

**“ரசிகர்களுக்கு என்ன சொல்ல நினைக்கிறீர்கள்?”**

“ரசிகர்களுக்கு எப்போதும் என்னுடைய இசைதான்.”

இது சிறந்த பின்னணி இசைக்கான முதல் தேசிய விருது பழசிராஜா படத்துக்கு அறிவிக்கப்பட்டபின் நடந்த ஊடகச் சந்திப்பில் இளையராஜா சொன்னது.

ஓரிசாவிலிருக்கும் அக்ஷய மொகந்தி ஃபௌண்டேஷன் என்கின்ற அமைப்பு 2007 முதல் வருடம் தோறும் இசைத்துறையில் சாதனை புரிந்தோர்க்கு வழங்கும் கௌரவம் மிக்க அக்ஷய சம்மான் விருதுக்கு இவ்வாண்டு இளையராஜா தேர்ந்தெடுக்கப்பட்டிருக்கிறார்.

தாதா சாகேப் பால்கே விருது பெற்ற வங்காளப் பின்னணிப் பாடகர் மன்னா டே (2007), ரஹ்மானுடன் ஆஸ்கர் விருது பெற்ற இந்திப் பாடலாசிரியர் குல்சார் (2008) மற்றும் NOTHING BUT WIND வாசித்த புல்லாங்குழலிசைக் கலைஞர் ஹரிப்ரசாத் சௌராஸ்யா (2009) ஆகியோர் இதற்கு முன் இதைப் பெற்றிருக்கிறார்கள். 2010க்கு இளையராஜா.

என்ன நடக்கிறது என்று புரியவில்லை. (மிகத்தாமதமெனினும்) சமீபமாக ராஜாவைத் தேடி இது போன்ற அங்கீகாரங்கள் வரிசை கட்டத் தொடங்கியிருக்கின்றன - முதலில் பத்மபூஷன், பின் பின்னணி இசைக்கான தேசிய விருது, தற்போது அக்ஷய சம்மான்.

விருதுகளெல்லாம் ராஜாவுக்கு அலங்காரமே; மாறாக இசையே அவரது அடையாளம். அந்த வகையில், செய்து பார்க்க இன்னமும் சில அலங்காரங்கள் மிச்சம் இருக்கின்றன எங்கள் ராஜாவுக்கு - முதலில் தாதா சாகேப் பால்கே; அப்புறம் பாரத ரத்னா.

அலங்காரம் தீர்மானிப்பதில்லை ஆண்டவனை - அது பக்தனின் சந்தோஷத்துக்கு.

(செப்டெம்பர் 19, 2010)

★

தமிழக அரசின் கலை பண்பாட்டுத் துறை நேற்று சில விருதுகளை அறிவித்துள்ளது - ஜெயகாந்தனுக்கு பாரதி விருது, இளையராஜாவுக்கு M.S.சுப்புலட்சுமி விருது, பத்மா சுப்பிரமணியத்துக்கு பாலசரஸ்வதி விருது. இதில் இளையராஜா விஷயத்தில் மட்டும் வழக்கம் போல் மற்றுமொரு விருது தன்னை கௌரவித்துக்கொள்கிறது என்றுதான் சொல்வேன் - அதே போல் அவ்விருதை இனி வாங்கவிருப்பவர்களையும் சேர்த்து.

2009ம் ஆண்டு சட்டப் பேரவையில் நடந்த சுற்றுலா மற்றும் பண்பாட்டுத் துறை மானியக் கோரிக்கை மீதான விவாதத்தில்

தமிழகத்தைச் சேர்ந்த கலைஞர்களுக்கு கலைமாமணி விருதுகள் வழங்கப்படுவது போல் அகில இந்திய அளவில் புகழ்பெற்ற கலைஞர்களுக்கு தனி விருது வழங்கப்படும் என அரசு அறிவித்தது. அதன் தொடர்ச்சியாக இப்போது முதல் முறையாக இவ்விருதுகள் (ரூபாய் ஒரு லட்சம் பொற்கிழி) அறிவிக்கப்பட்டிருக்கின்றன.

ஒரு விஷயம் மட்டும் இதில் உறுத்துகிறது. அது இளையராஜாவுக்குத் தரப்பட்டிருக்கும் விருதின் பெயர். கமல்ஹாசனுக்கு 'சூர்யா விருது' கொடுத்தது போல் இருக்கிறது இது.

*(ஜனவரி 18, 2011)*

★

இளையராஜா தேசிய விருதினை நிராகரித்த விஷயத்தில் சற்று விரிவாகவே என் கருத்தைப் பதிவு செய்து விடுவது உத்தமம் என நினைக்கிறேன்.

இளையராஜா தேசிய விருதுகளில் பின்னணி இசைக்குத் தனி விருது தேவையில்லை, திரையிசை என பாடலிசை, பின்னணி இசை இரண்டுக்கும் சேர்த்து ஒரே விருது போதும் எனச் சொல்கிறார். ஒரு சினிமா ரசிகனாகவும் விமர்சகனாகவும் அவரது அக்கருத்தில் எனக்கு உடன்பாடில்லை. ஆஸ்கர், பாஃப்டா, கோல்டன் க்ளோப் என அத்தனை சர்வதேச விருதுகளிலும் பின்னணி இசை என்பது தனிப்பிரிவுதான். இரண்டும் நிச்சயம் வேறு வேறானது. அதனால் இரண்டுக்கும் தனி விருதுகள் கொடுப்பதே நியாயம். அதனால் தேசியத் திரைப்பட விருதுகளில் அது அறிமுகம் செய்யப்பட்டது வரவேற்புக்குரியதே.

ஆனால் இது என் தர்க்கம் மட்டுமே. இது போல் இளையராஜாவுக்கு வேறு காரணம் இருக்கலாம். உதாரணமாய் இந்தப் பிரிவினை மேற்கத்தியத் திரைப்படங்களுக்கு வேண்டுமானால் பொருந்தலாம் (காரணம் பெரும்பாலும் அங்கே பாடல்கள் படத்தின் பிரதானப் பகுதி அல்ல). ஆனால் இந்தியத் திரைப்படங்களில் பாடல்கள் கதையோடு இயைந்த ஒரு முக்கியக்கூறு. அதனால் அதையும் பின்னணி இசையையும் பிரித்துப் பார்க்க வேண்டியதில்லை. பாடல் வரியுடன் கூடியது பாடல் இசை, வசனம் அல்லது மௌனத்துடன் கூடியது பின்னணி இசை, அதனால் இரண்டையும்

ஒன்றாகத் திரை இசை என்றே பார்க்க வேண்டும் என்பது அவர் தர்க்கமாக இருக்கலாம்.

அதுபோக என் படைப்புக்குச் சிறந்த பின்னணி இசை என்பது மட்டும் கொடுத்தால் அப்படத்தில் என் பாடல்கள் நன்றாக இல்லை என்று சொல்வதாகத்தானே அர்த்தம்? எனக் கேட்கிறார். அல்லது பாடல் இசைக்கு விருது வென்ற அந்த இன்னொருவர் படத்தில் பின்னணி இசை நன்றாக இல்லை எனச் சொல்வதாகத்தானே அர்த்தம்? என்கிறார்.

அது ஒரு கலைஞனின் ஈகோதான். அதில் என்ன தவறு? நாம் கொண்டாடப்படும் இடத்தில் நாம் சாதாரணர் எனக் கருதும் ஒருவரும் இணையாகக் கொண்டாடப்பட்டால் அது நமக்கான அவமதிப்புதானே? அலுவலகத்தில், பொதுவாழ்வில், சமூக வலை தளங்களில் இதை நாம் உணர்கிறோம்தானே? (இளையராஜாவோடு ஒப்பிடுகையில்) மிக மிகச் சாதாரணர்களான நமக்கே இப்படி ஈகோ துருத்தும் போது இந்தத் தேசத்தின் பெருங்கலைஞனுக்கு அது வந்தால் மட்டும் ஏன் ஆச்சரியப்படுகிறோம்?

விருது வாங்க மறுப்பு என்பது அவமதிப்பு, முன்பே சொல்லி இருக்க வேண்டும் எனச் சொல்வதில் அர்த்தமே இல்லை. இளையராஜாவின் நோக்கம் இதை வாங்கிய பிறகு, மறுத்து பொதுவெளியில் இது பற்றிய தன் கருத்தை முன்வைக்கும் போதுதான் அது கவனிக்கப்படும், அடுத்த முறை விருதின் போது பரிசீலிக்கப்படும். மாறாக, போகிற போக்கில் சும்மா ஒரு பேட்டியில் முன்பே இதைச் சொல்லி இருந்தால் அதைப் யாரும் பொருட்படுத்தியே இருக்க மாட்டார்கள். இன்னொரு விஷயம் முன்பு பழசிராஜாவுக்கு இப்படி விருது தந்த போதும் அவர் வாங்கவில்லை. ஏன் மறுபடி கொடுக்க வேண்டும்?

இப்படிச் செய்வதன் மூலம் தமிழுக்குக் கிடைத்த அங்கீகாரத்தை எட்டி உதைக்கிறார் எனச் சொல்வதெல்லாம் மிக அதிகப்படி. அதைப் பற்றி எல்லாம் ஒருவர் எதற்குக் கவலை கொள்ள வேண்டும்? ஜெயமோகன் கூட பத்மஸ்ரீயை நிராகரித்தார். அதற்கு அவருக்குச் சுதந்திரம் உண்டு தானே? காரணங்களில் நமக்கு முரண்பாடு இருக்கலாம். அதனால் நிராகரித்திருக்க வேண்டியதில்லை என்ற ஆதங்கத்தைப் பதிவு செய்யலாம்.

அவ்வளவுதான் நம் உரிமை. மாறாக அவர்களின் மீது குற்றம் சுமத்துவது அபத்தமான செயல். (ரோஸா வசந்த் ஜானகி பத்ம விருதை நிராகரித்ததைக் குறிப்பிட்டார். அதையும் ஒப்பு நோக்கலாம். நிராகரிக்க அவரவர்க்குத் தர்க்கங்களும், நியாயங்களும் உண்டு.)

கடைசியாக, விருதின் மூலம் அங்கீகாரம் பெறும் நிலையை எல்லாம் இளையராஜா தாண்டி விட்டார். நாம்தான் நம் திருப்திக்காகக் கொடுத்துக் கொண்டிருக்கிறோம். இனியும் தாதா சாகேப் பால்கே, பாரத ரத்னா என விருதுகள் அளிக்கக் கடமைப் பட்டிருக்கிறோம். அவர் ஒப்புக்கொள்ளவில்லை எனில் அவரது ஆத்ம ரசிகர்களாக ஆதங்கப்படலாம். வருந்தலாம். விருதளிக்கும் அமைப்புகள் ஒருபடி மேல் போய் இனி மேல் அவருக்கு விருதளிக்காமல் புறக்கணிக்கலாம். அவ்வளவுதான் நம் எல்லை.

அவர் விருதையோ எவரையோ அவமதிக்கவே இல்லை என்பதுதான் அடிப்படையில் நாம் புரிந்து கொள்ள வேண்டியது. கங்கை அமரன் போன்ற “ரசிகர்களும்” இதைப் புரிந்து கொள்ள கொஞ்சம் உணர்ச்சிவசப்படாது முயலலாம்.

மற்றபடி இளையராஜாவின் மண்டைக்குள் ஓடும் “நான்” என்ற ஆங்காரத்தை எல்லாம் ஆராய்ந்து கொண்டிருப்பது வெட்டி வேலை. அதை நம்மால் புரிந்து கொள்ள முடியும் எனில் அவரது இசையின் மேதமையும் நமக்கு வாய்த்திருக்குமே!

*(மே 6, 2016)*

★

*நியாயமாய் இந்த பத்ம விபூஷண் விருதை இளையராஜா நிராகரிக்க வேண்டும். டாக்டரைப் பார்த்து கம்பவுண்டர் என்றால் மகிழ முடியுமா? #BharatRatna4Ilaiyaraaja*

*(ஜனவரி 25, 2018)*

★

பின்னணி இசைக்கு என மறுபடி தனி தேசிய விருது தர ஆரம்பித்த போது அதை முதலில் வாங்கியவர் இளையராஜா

*(பழசிராஜா - 2009).* பின்னணி இசைக்கு இரண்டு முறை தேசிய விருது வாங்கிய ஒரே ஆளும் அவர்தான் (இரண்டாவது: தாரை தப்பட்டை - 2015). இது வரை தேசிய விருதுகளில் ஒரே படம் பாடல் இசை மற்றும் பின்னணி இசை இரண்டுக்கும் விருது வாங்கியது ஒரே முறை (பாபு பத்மநாபா - *Allama* - 2016). ரஹ்மான் இரு விருதுகளையும் ஒரே ஆண்டு வெவ்வேறு படங்களுக்கு வாங்கி இருக்கிறார் *(2017 - காற்று வெளியிடை & Mom).* என் கணிப்பு இளையராஜா இந்த ஆண்டு இரண்டு விருதுகளையும் ஒரு சேர வாங்குவார் விடுதலை திரைப்படத்துக்காக!

*(ஏப்ரல் 4, 2023)*

★★★

# 5. இசை அரசியல்

மன்னியுங்கள் இளையராஜா. நீர் இசை கோர்த்த படமொன்றின் ட்ரெய்லர் - அதன் உள்ளடக்கம் நச்சாய்ப் படுவதால் பகிர்வதற்கில்லை. கலைஞன் பாதி அரசியல்வாதி. அதன் பொருள் அவன் அரைகுறை அரசியல்வாதி என்பதல்ல; அவன் படைப்பில் கலைக்கான இடம் போக மீதத்தில் அரசியலும் பேசப்படும் என்பதே அதன் அர்த்தம். அவன் தவறான அரசியலுக்குத் துணை போகக்கூடாது என்பதும் அதில் அடக்கம்.

*(முத்துராமலிங்கம் என்ற சாதியப் படத்துக்கு ராஜா இசையமைப்பதை முன்வைத்து)*

*(ஜனவரி 13, 2017)*

★

இளையராஜா இள வயதில் ஒடுக்கப்பட்டதால் இன்று அகங்காரத்துடன் இருக்கிறார் என்பது மாதிரி ஏராளம் பேர் சொல்கிறார்கள். இல்லை, அப்படி இல்லை என்பதே என் புரிதல். அவர் பிராமணராகவோ, *so-called* ஆண்ட சாதியாகவோ பிறந்திருந்தாலும் இதே மாதிரிதான் இருந்திருப்பார். அவர் கர்வம் அவரது இசையிலிருந்து கொப்பளிக்கிறது. தன் கடந்த கால வடுக்களிலிருந்து அல்ல. சொல்லப் போனால் அதை எல்லாம் அவர் 80களுக்குள் நுழையும் முன்பே கடந்து வந்து விட்டார் என்றே எனக்குத் தோன்றுகிறது.

*(பிப்ரவரி 23, 2021)*

★

இளையராஜா ஒரு தலித் என்பதால் இளையராஜாவைக் கொண்டாடுவோர் உண்டு. ரஹ்மான் ஓர் இஸ்லாமியர் என்பதால் ரஹ்மானைக் கொண்டாடுவோரும் உண்டு. ரஹ்மான் ஓர் இஸ்லாமியர் என்பதால் இளையராஜாவைக் கொண்டாடுவோர் உண்டு. இளையராஜா ஒரு தலித் என்பதால் ரஹ்மானைக் கொண்டாடுவோரும் உண்டு.

இளையராஜா மீது சாதிரீதியான வன்மம் கக்குகிறார்கள், அதே சமயம் அவருக்குச் சாதிரீதியான ஆதரவும் இருப்பதை நாம் மறுப்பதற்கில்லை. இரு தரப்புக்குமே உண்மையும் நியாயமும் முக்கியமில்லை. இசை ரசிகர்களிடமிருந்து இவர்களைப் பிரித்தறிவது சிரமமான காரியம். ஏனெனில் இதை வெளிப்படுத்தாமல் சுற்றிச் சுற்றி இசை பற்றி எழுதுவர். ஆனால் அவர்களே அறியாத ஓர் இளகிய கணத்தில் எழுத்தில் வெளிப்பட்டு விடும். புன்னகையுடன் கடந்து சென்றிருக்கிறேன், செல்கிறேன்!

*(ஏப்ரல் 20, 2022)*

★

*Ambedkar & Modi: Reformer's Ideas, Performer's Implementation* என்ற மோடியை விதந்தோதும் ஆங்கில நூலுக்கு இளையராஜா மோடியைப் புகழ்ந்து முன்னுரை நல்கியிருக்கிறார். அது சமூக ஊடகங்களில் கடும் கிண்டலுக்கும் கண்டனத்துக்கும் ஆளாகியிருக்கிறது.

1) அறியாமையில் செய்திருந்தாலும் அழுத்தத்தில் செய்திருந்தாலும் ஆர்வத்தில் செய்திருந்தாலும் பலன் எதிர்பார்த்துச் செய்திருந்தாலும் அந்த ஆங்கில நூலின் முன்னுரையில் அம்பேத்கருடன் மோடியை இணை வைத்து இளையராஜா எழுதியதும், மிகையாக / பொய்யாக அவரைப் புகழ்ந்ததும் தவறுதான். ஏதாவது சொல்லி மழுப்பி எழுதுவதையே தவிர்த்திருக்க வேண்டும். ஏனெனில் மோடியை, பாஜகவை மக்கள் மத்தியில் வலுப்படுத்தும் எந்தச் சின்ன நடவடிக்கையும் தேசத் துரோகம்தான்.

2) ஆனால் அதைக் கேள்விக்குட்படுத்த, விமர்சிக்க இங்கே எந்தத் தரப்புக்குமே தகுதி இல்லை. காரணம் அவர்கள் தம் வரலாற்றில்

ஒரு தருணத்திலாவது மோடியைப் புகழ்ந்தோ, பாஜகவுடன் இணைந்தோ, குறைந்தது இந்துத்துவ / வலதுசாரி / சாதியக் கருத்துக்களை ஆதரித்தோ, செயல்படுத்தியோ இருக்கின்றனர். ஆக, அவை எல்லாவற்றையும் வெளிப்படையாக விமர்சித்துக் கேள்வி கேட்டு விட்டுக் கடைசியாக ராஜாவிடம் வருவதே நியாயம். செய்ய மாட்டார்கள். தரப்புக்களின் சாய்வற்ற பொது மக்களில் ஒருவனுக்கு இதைக் கண்டிக்கும் உரிமை உண்டுதான் - சாதி வெறி, மத வெறி, மோடி / பாஜக ஆதரவு இம்மூன்றில் எதையும் தன் வாழ்நாளில் ஒருபோதும் கைகொள்ளாவிடில். (இப்போதுமே பலர் தம் ரசிக / சாதிய வன்மத்தில்தானே திடீர் மோடி எதிர்ப்பாளர் / அம்பேத்கர் பற்றாளர் ஆகி ராஜாவை வசை பாடுகின்றனர்!)

3) இதையெல்லாம் தாண்டி அவரைக் கண்டிக்கும் தகுதி பெற்ற நேர்மையான, அறம் மிக்க கொம்பன் ஒருவன் இசையில் அவரிடம் ஒன்றுமே பெறவில்லையெனில், அப்படியான நன்றி ஏதும் செலுத்தப்பட வேண்டிய பாக்கி இல்லாதவன் எனில் தாராளமாக ராஜாவைக் கண்டிக்கலாம். மாறாக, அப்படி முடியாத நன்றிக் கணக்கு ஏதும் இருந்தால் அவரது இப்பிழையை மன்னித்து கள்ள மௌனத்துடன் கடக்கலாம்.

இதன் மறுபக்கம்: திரும்பத் திரும்ப இளையராஜாவின் அரசியல் கருத்துக்களின் கண்மூடித்தன முரட்டு முட்டு ஆதரவாளர்கள் எழுப்பும் கேள்வி முன்னுரையில் எந்த வரியில் மோடியையும் அம்பேத்கரையும் இளையராஜா ஒப்பிட்டிருக்கிறார் என்பது.

இது என்ன நீதிமன்றமா, சட்ட ஓட்டைகளில் தர்க்கம் தேடி பாயிண்ட் பிடித்துப் பேச? அந்த நூலின் சாரம் என்ன? (தலைப்பை, தயாரித்த குழுவின் வரலாற்றை வைத்துக் கேட்கிறேன், நூலை வாசிக்கவில்லை, முன்னுரையை வாசித்து விட்டேன்.) அது அம்பேத்கரை மோடியுடன் ஒப்பிட்டுப் புகழும் நூல். அதற்கு முன்னுரை எழுதியதன் மூலம் அந்த ஒப்பீட்டை *endorse* செய்கிறார் இளையராஜா. அது போதாதா?

அடுத்து மோடியின் ஆட்சிச் செயல்பாடுகளை இளையராஜா மதிக்கிறார் என்பதும் அம்பேத்கர் இன்று இருந்தால் அதற்கு மகிழ்ச்சியடைவார் என அவர் நம்புவதும் அந்த முன்னுரையிலிருந்து

வெளிப்படுகிறது. இதன் அர்த்தம் என்ன? அம்பேத்கர் கொள்கைப்படி தலித்களின் பெண்களின் பாதுகாவலராக மோடி செயல்படுகிறார் என்ற பாராட்டுதான். அதை அவர் மனமுவந்து எழுதியிருந்தால் அவருக்கு அரசியல் அறிவு இல்லை என்று அர்த்தம், பொய் எனில் அது ஓர் அயோக்கியத்தனம். (அல்லது மிரட்டலால் சொல்லியிருந்தால் நம் வருத்தமும் ஆதரவும் அவருக்கு உண்டு.)

இதில் நாம் பூசி மெழுகி மழுப்பிப் பேச ஒன்றுமே இல்லை. அவர் இசை ஞானிதான்; அரசியல் ஞானி இல்லை. இந்த எல்லையை அவரது இசை ரசிகர்கள் ஏற்றுத்தானாக வேண்டும். மாறாக, இப்படி எல்லாம் முட்டுக் கொடுப்பது "பச்சையா பிசுபிசுன்னு புளிப்பா இருந்தது, நல்லவேளை, அதை நான் மிதிக்கல" என மகிழும் அசட்டுத்தனம்.

*(ஏப்ரல் 17, 2022)*

★

திரும்பத் திரும்ப அறியாமையில் அல்லது அயோக்கியத்தனத்தில் செய்யப்படும் ஒரு பரப்புரை இளையராஜா தலித் என்பதால் இந்த எம்பி பதவி தரப்படுகிறது என்று அரசு சொல்லி இருக்கிறது எனப் பேசுவது. ஒழுக்கமாகப் படித்தால் இளையராஜா பற்றி அரசின் அறிக்கையில் ஆறு குறிப்புகள் இருக்கின்றன. அதற்காகத்தான் விருது என்பதுதான் அரசு சொல்வது. அதெல்லாம் ஏன் இவர்கள் கண்களில் படவில்லை?

*1) "outstanding Indians who made a mark", 2) "illustrious careers in their respective fields", 3) "received national and global recognition for their contributions", 4) "have given back to soceity at every possible instance", 5) "has mentored creative geniuses", 6) "Padma Vibhushan recipient."*

இதுபோக அந்த அறிக்கை ராஜாவின் இரண்டு அடையாளங்களையும் சொல்கிறது:

*1) represent South Indian state*

*2) Dalit.*

அது இந்த அரசு எல்லா ஒடுக்கப்பட்ட / சிறுபான்மைத் தரப்பையும் அரவணைத்துப் போகிறது என்று அடிக்கோடிடச் சொல்லப்பட்டது. தலித் என்பதால் கொடுத்தோம், இல்லை என்றால் கொடுத்திருக்க மாட்டோம், தலித் என்பதே அவரது ஒரே தகுதி என்று அந்த வரியை ஒருவர் படிக்க எந்த முகாந்திரமும் இல்லை.

இதற்குக் குதிப்போர் இம்மாதிரி எந்த அறிக்கையையும் இது வரை வாசித்ததில்லை என்றே பொருள் படுகிறது. இது தமிழக அரசு உட்பட எல்லா அரசுகளும் தம்மை ஏழைப் பங்காளன் என்று சொல்லிக் கொள்ளச் சேர்க்கும் வழக்கமான ஸ்டன்ட் குறிப்புதான்.

*(ஜூலை 7, 2022)*

★

சமீபத்தில் ராஜ்ய சபா எம்பியாக மத்திய அரசால் நியமிக்கப்பட்ட விஜேந்திர பிரசாத் ஆர்எஸ்எஸ் பற்றிய பிரம்மாண்ட படம் / வெப்சீரிஸூக்குத் திரைக்கதை எழுதுகிறார். இன்னொரு நியமன எம்பியானவர் இதற்கு இசையமைக்கப் போகாதிருக்க வேண்டும்.

*(ஆகஸ்ட் 19, 2022)*

★

'இளையராஜா - 80' சிறப்பு நீயா நானாவில் நான் பேசியவற்றில் பெரும்பான்மை ஒளிபரப்பாகியது - சில உதாரணங்கள், விளக்கங்களை வெட்டி இருந்தார்கள்.

அவை போக, முக்கிய விடுபாடு இது:

"பெரியாருடன் இளையராஜாவை நான் ஒப்பிடுவது சர்ச்சையை உண்டாக்கலாம். இளையராஜா ஒடுக்கப்பட்டோர் முன்னேற்றத்தின் குறியீடு. அவர் இவ்வளவு பிரம்மாண்டமாக ஜெயித்ததே ஒரு முக்கியமான சமூகப் பங்களிப்புதான். காரணம் அதில் எல்லா ஒடுக்கப்பட்டோருக்கும் ஒரு முக்கியச் செய்தி இருக்கிறது. சிறப்பாகக் கல்வி கற்று, திறமைகள் பெற்று, கடுமையாக உழைத்தால் நம்மை அவமதித்தவர்கள் கூட தேடி வந்து நம்மிடம் நிற்பார்கள், நம்மை அடிமைப்படுத்தியோர் கூட நம்மைக் கொண்டாடும்படி

செய்யலாம் என்பதற்கு வாழும் உதாரணம் அவர். அதனால் அவரைப் பெரியாருடன் ஒப்பிட முடியும்."

*(ஜூலை 2, 2023)*

★

இளையராஜாவையும் பெரியாரையும் ஒப்பிட்டதற்கு நண்பர்கள் அதிர்ச்சி அடைகிறார்கள். இது உலக வழக்கம்தான். இப்படி ஒப்பிடலும் அதற்கு அதிர்தலும்.

*The 100* என்ற புத்தகத்தை வாசிக்கச் சிபாரிசு செய்கிறேன். இது போல் பல பட்டியல்கள் உண்டு. அறிவியல், கலை, அரசியல், தத்துவம், மதம், சமூகம், தொழில்நுட்பம் எனப் பல துறைகளிலும் முக்கியமானவர்களை வரிசைக்கிரமப் பட்டியலிட்டு விவாதங்கள் பல காலமாக நடக்கிறது. அதில் பீத்தோவனை மார்டின் லூதர் கிங்குடன் ஒப்பிடுவது நடக்கும். டைம் இதழ் சென்ற நூற்றாண்டின் சிறந்த மனிதர் என்ற தேர்வில் காந்தியை நிராகரித்து ஐன்ஸ்டைனைத் தேர்ந்தெடுத்தது. ஆக இம்மாதிரி துறை கடந்த ஒட்டுமொத்த ஒப்பீடுகள் தவிர்க்க இயலாதது. நம் ஊரிலேயே சிறந்த 200 தமிழர்கள், நவஇந்தியாவின் சிற்பிகள் என்றெல்லாம் புத்தகங்கள் வந்திருக்கின்றன. நாம் விரும்பினாலும் விரும்பாவிட்டாலும் இதெல்லாம் நடக்கவே செய்யும்.

ஒரே துறை சார்ந்த ராஜாவையும் ரஹ்மானையும் ஒப்பிடக்கூடாது, ஏனெனில் வேறு காலகட்டம் என்று சொல்வோர் கூட இருக்கிறார்கள். இன்னொரு முனையில் புத்தரையும் இளையராஜாவையும் ஒப்பிட்டு யார் பெரியவர் என்று பேசுவோரும் உண்டு. நான் எந்த ஒப்பீட்டையும் கூடாது என்று ஒடுங்கிக் கொள்பவன் அல்லன். எல்லாமே சிந்தனைக்கும் வெளிப்பாட்டுக்கும் விவாதத்துக்கும் உரியதே!

பிரச்சனை என்னவெனில் இம்மாதிரி ஒப்பீடுகள் வருகையில் நம் மனதில் கட்டமைக்கப்பட்டுள்ள புனித பிம்பங்கள் உடைபடுமென அஞ்சுகிறோம்!

*(மே 13, 2022)*

★★★

# 6. இசைச் சந்தை

இயல்பாய் நிகழ்ந்த சங்கிலித் தொடர் மாற்றங்களே (ஹாலிவுட் வாய்ப்பு, ஆஸ்கர் விருதுகள், மேலும் நிறைய வாய்ப்புகள், உலகளாவிய ரீச்) இன்று ரஹ்மான் உலகம் முழுக்க (குறைந்தபட்சம் தென் கிழக்கு மற்றும் மத்தியக் கிழக்கு ஆசியா, அமெரிக்கா, ஐரோப்பா) கேட்கப்படக் காரணம். அது ஒரு *trend*. அது ஒரு *sensation*. அப்படி வரும் இசை பெரும்பாலும் ரசிக்கப்படும். அதனாலேயே அவர் இசை *universal* என்றோ மற்ற இந்தியர்கள் இசை அப்படி இல்லை என்றோ ஆகாது. அதற்கும் இசைத் தரத்திற்கும் பொதுவாய்த் தொடர்பில்லை. ரஹ்மானைவிட பல மடங்கு ரீச் கொண்ட இசைக் கலைஞர்கள் இன்று உண்டு. அதை மட்டும் முன்னிட்டு மட்டையடியாய் அவர்கள் அனைவரும் ரஹ்மானைவிட இசைச் சாதனையாளர்கள் என மதிப்பிட முடியுமா?

இன்னும் சொல்லப் போனால் ரஹ்மானை விடவும் குறைந்த திறன் கொண்ட ஓர் இந்தியரின் இசையும் இத்தகைய பாணியில் உலகளாவிய ரீச் பெற முடியும். உதாரணமாய் இன்னும் ஐந்தாண்டுகளில் அநிருத் இப்பாதையில் பயணித்தாலும் அன்றைய தேதியில் இருக்கப் போகும் இன்னும் அதிக ஊடக வீச்சு காரணமாய் ஆப்ரிக்கா, அண்டார்டிகாவில் கூட அவர் இசை ஒலிக்கக்கூடும். ஆனால் அதைக் கொண்டா அவரை மதிப்பிடுவது? அன்று ஒருவர் ரஹ்மானையும் அநிருத்தையும் ஒப்பிட்டு அநிருத் மட்டுமே ஏழு கண்டங்களிலும் பரவலாய் ஒலிக்கிறார், *so I rate him several notches above Rahman* என எழுதப் புகுந்தால் நாம் அதை எப்படிப் பார்ப்போம்!

ரஹ்மான் தகுதியற்றவர் என்று சொல்லவில்லை. ஆஸ்கர் வாங்கிய ஸ்லம்டாக் ஒரு சாதரணப் படைப்பு, ஒரு பாலிவுட்

மசாலா சினிமா இசைதான் என்பதெல்லாம் தாண்டி இந்த உலக ரீச்சுக்கெல்லாம் அவரது பல இசைப் படைப்புகள் தகுதி கொண்டவையே. இந்தியாவிலிருந்து உருவான முக்கியமான இசைக் கலைஞர்களில் அவரும் ஒருவர் என்பதில் ஐயமில்லை. அவரது உலகளாவிய ரீச்சிற்காக ஓர் இந்தியன் / தமிழன் என்ற வகையில் காலரைத் தூக்கி விட்டுக் கொள்ளவும் தயக்கமில்லை. ஆனால் அவரது இடத்தை நிர்ணயிக்கவும், அவரை ஒரு மகத்தான இசை மேதையுடன் ஒப்பிட்டு மேலுயர்த்தவும் உலக ரீச் என்ற பலவீனமான அளவுகோலைக் கைகொள்வது அபத்தம்.

இசை என்றில்லை. எக்கலை தொடர்பான மதிப்பீடுகளும் நம்முள்ளிருந்து, ரசனையின் அடிப்படையிலிருந்துதான் வர வேண்டும். அதில் பிழைகள், போதாமைகள் இருக்கலாம். அறியாமை கலந்திருந்திருக்கலாம். ஆனால் அது நம்முடைய நேர்மையான மதிப்பீடு. பிரத்யேகமானது. மாறாய் உலகமே கேட்கிறது / பார்க்கிறது / வாசிக்கிறது என்ற அளவுகோல் வைத்து நம் மதிப்பீட்டைச் சொல்வதில் தர்க்கமோ நியாயமோ இல்லை.

தவிர, இதில் ஓர் அசட்டுத்தனமும் அற்பத்தனமும் உண்டு. விஜய், அஜீத் ரசிகர்கள் பாக்ஸ் ஆஃபீஸ் நிலவரம் சொல்லி அடித்துக் கொள்வதற்கும் இதற்கும் பெரிய வேறுபாடில்லை.

இதே போல் ராஜேஷ்குமாரும் ரமணிச்சந்திரனும்தான் தமிழில் புதுமைப்பித்தனையும் சுந்தர ராமசாமியையும் விட பன்மடங்கு பரவலாய் மூலை முடுக்குகளில் எல்லாம் வாசிக்கப்பட்டவர்கள், ரசிக்கப்பட்டவர்களாய் இருப்பார்கள். அதற்காக அவர்களே இவர்களைக் காட்டிலும் இலக்கிய ரீதியாக உயர்வு என யாரேனும் மதிப்பிட முடியுமா?

*(ஜனவரி 7, 2016)*

★

**இன்று இளையராஜாவின் சந்தை மதிப்பு என்ன?**

1) வியாபாரரீதியாக இளையராஜா இன்று சொல்லிக் கொள்ளும்படியான இடத்தில் இல்லை என்பதுதான் நான் சொல்லும் ஃபேக்ட். (மற்றபடி, ரிட்டயர்ட் என்பது மிகை. உதயநிதி வாய்ப்புக் கொடுத்தார் என்பது வக்கிரம்.) இதை

ஒப்புக்கொள்வதில் ஓர் இளையராஜா ரசிகனுக்கு எந்த அவமானமும் இல்லை. வெட்கப்பட வேண்டியது தமிழ் சினிமா ரசிகர்களும், இயக்குநர்களும், தயாரிப்பாளர்களும், நடிகர்களும்தான்.

2) எவரும் வாய்ப்புக் கொடுக்க வேண்டும் என்று இளையராஜா எதிர்பார்க்கவில்லை என்பதும் யாரும் வாய்ப்புக் கொடுக்க வேண்டும் என்ற நிலையில் அவர் இல்லை என்பதும் வேறு வேறு விஷயம். முதலாவது நிஜம்; இரண்டாவது நம் ஆதங்கம். இரண்டையும் குழப்பிக் கொள்ள வேண்டியதில்லை. வியாபாரரீதியாக ஒருவர் சரியில்லாதபோது படம் ஓடுவதை முக்கிய நோக்காகக் கொண்டு சினிமா எடுப்பவர்கள் இளையராஜாவை அணுகத் தயங்கவே செய்வார்கள். மீறி தரத்தை மட்டும் விரும்பி வரும் நான்கைந்து இயக்குநர்களால்தான் கடந்த ஐந்தாறு ஆண்டுகளாக இளையராஜாவுக்குப் படம் வந்து கொண்டிருக்கிறது. (ஆனானப்பட்ட கமல் ஹாசனே ராஜாவைக் கை விட்டு 15 ஆண்டுகள் ஆவதைப் புரிந்து கொள்ள வேண்டும்.)

3) விருதுகளுக்கும் வியாபார வெற்றிக்கும் பொதுவாய்த் தொடர்பில்லை. அதனால் தாரை தப்பட்டைக்கு தேசிய விருது வாங்கியதை எல்லாம் இளையராஜாவின் வணிக இடத்துக்கான அடையாளமாகக் கொள்ள முடியாது. விருதுகள் இனியும் தொடரும். மீண்டும் வணிகரீதியில் மீள்வது சிரமம். (அது அவசியமில்லை என்பது வேறு விஷயம்.)

4) என்வரையில் இளையராஜாவின் தரம் 1976 முதல் இன்று வரை மாறவே இல்லை. அவரது உச்சம் 80கள் என்பதெல்லாம் வியாபார வெற்றிகளை முன்வைத்து, அதனால் மக்கள் மத்தியில் நன்கு பழகிப் பிரபலமாகி விட்ட பாடல்களின் அடிப்படையில் கட்டமைக்கப்படும் பிம்பம். அதே தரத்தில்தான் இன்று சைக்கோ வரையிலும் போட்டுக் கொண்டிருக்கிறார். அதனால் இந்த வியாபார வீழ்ச்சிக்கும் அவர் திறமைக்கும் தொடர்பில்லை. 80களில் வெற்றி பெற்றதுமே அவர் பாண்டித்யத்தை நாம் புரிந்துகொண்டதால் அல்ல. அது ஒரு விபத்துதான். இன்று தோற்பதும் விபத்துதான்.

*5) இளையராஜா அதையெல்லாம் கடந்தவர். ஆயிரம் வருடம் கழித்து தமிழ்நாட்டின் ஒரே அடையாளமாய் இளையராஜாவே மிஞ்சியிருப்பார். இன்று நமக்குத் திருக்குறள் போல்.*

*(நவம்பர் 19, 2019)*

★

*உற்சாகமோ, காதலோ, பாசமோ, வீரமோ, துயரோ, பக்தியோ சிலிர்க்கும் goose bumps தரும் ஒரே இசையமைப்பாளர் இளையராஜாதான். இதைக் கடந்த இருபதாண்டுகளில் பற்பல சமயங்களில் உணர்ந்திருக்கிறேன். எம்எஸ்வி, ரஹ்மான் உள்ளிட்ட எவர் பாடலும் அதை ஒருமுறையும் தந்த நினைவில்லை. நேற்று நண்பர் ஒருவர் தன் பதின்ம மகள், அவளது சினேகிதியர் எவருக்கும் இளையராஜா பிடித்தமில்லை, அநிருத்தோ, ஹிப்ஹாப்போதான் பிடிக்கிறது, அடுத்தடுத்த தலைமுறையில் சினிமாப் பாடல்கள் அடித்துச் செல்லப்படும், நாம் எம்எஸ்வியை மறந்து விட்டோமே என்றார். இல்லை என்றே நினைக்கிறேன். அந்தப் பெண்களும்கூட வாழ்வின் ஒரு கட்டத்தில் நிச்சயம் ராஜாவிடம் திரும்புவார்கள் என்றே நம்புகிறேன். நானே 16 வயதில்தான் அவரிடம் வந்தேன். அதுவரை தீவிர ரஹ்மான் ரசிகன். அதற்கு வெறும் உற்சாகம் தாண்டிய கலாமோப்பம் இருக்க வேண்டும். அதற்கு வயதும் அனுபவமும் கூட வேண்டும். அவர் மனித உணர்வுகளோடு இசையின் மூலம் உரையாடுகிறார் என்பது உறைக்கும்.*

*காய்த்தல் உவத்தல் இல்லாமல் ஒன்று சொல்கிறேன் - இளையராஜா இன்னும் ஆயிரம் ஆண்டுகளாவது தமிழ் சமூகத்தில் நிற்பார். எம்எஸ்வியும் ரஹ்மானும் அப்படி இல்லை.*

*(ஆகஸ்ட் 22, 2020)*

★

*அவ்வப்போது இளையராஜா ரிட்டயர்ட் என்ற தொனியில் கேலியாகச் சில அறிவிலிகள் எழுதுவதுண்டு. இதை ஆதாரப்பூர்வமாக எதிர்கொள்ளும் நோக்கிலும் என் சுயதேவை நிமித்தமும் சில தினங்கள் முன் 2020க்குப் பின் வந்த இளையராஜா பாடல்களைத் தொகுத்து ஒரு பப்ளிக் ப்ளேலிஸ்ட் உருவாக்கினேன். இதைத் தொடர்ந்து அப்டேட் செய்ய உத்தேசம்:*

*https://www.youtube.com/playlist?list=PLbo_N-q2fcC_xEYecmou0dbdj4X-FLbvUM*

ஒன்றரை ஆண்டில் வெளியானவை: சைக்கோ, தமிழரசன், மருத, மதுரை மணிக்குறவர், மாமனிதன் ஆகிய ஐந்து திரைப்படங்களின் பாடல்கள், பாரத பூமி என்ற கொரோனா பாடல், ரஜினி ராஜாவின் புதிய ஸ்டூடியோவுக்கு வந்தபோது பதிவான பாடலின் துண்டு.

எல்லாவற்றுக்கும் மேல் இந்த ஆகஸ்ட் இறுதியில் வரவிருக்கும் திவ்ய பாசுரங்களின் *Prelude* இசை வெளியாகி இருக்கிறது. என் காதுகளில் லூப்பில் பாய்கிறது. *Pure Bliss!*

(மே 29, 2021)

★

ஒரு விஷயம் பரவலான வரவேற்பைப் பெற்றால் அது சுமாரானதாகவே இருக்கும் என்பது என் புரிதல் / நம்பிக்கை. ஏனெனில் பெரும்பான்மை உலகம் சராசரிகளால், அதற்கும் கீழானவர்களால் ஆனது. *Mediocre* படைப்புகளே இவர்களின் பெருவிருப்பம். அவர்களால் அதற்கு மேலான ஒன்றைப் புரிந்து கொள்ளவோ ரசிக்கவோ முடியாது.

இதற்கு விதிவிலக்காக எப்போதும் எனக்கு உறுத்துபவை இளையராஜாவின் பாடல்கள். அத்தனை உயர்தரமான ஒன்று எப்படி இந்த மக்களுக்குப் பிடித்துப் போனது எனப் புரியவே இல்லை. பிறகு ஒரு தியரியை உருவாக்கிக் கொண்டேன். அவை வெற்றி பெற்றது அவற்றின் உயர்ந்த கலைக்காக அல்ல, அதில் இருந்த சராசரிக்கூறுகளால். அவை திரும்பத் திரும்ப ஒலித்ததால். அதை அடுத்து வந்த ரஹ்மான் கொடுத்தார், கொண்டாடினார்கள், இன்று அநிருத் கொடுக்கிறார், அவரைக் கொண்டாடுகிறார்கள். அவர்களுக்கு இந்தப் பிரபல இசையமைப்பாளர் வரிசையில் இளையராஜாவும் ஒருவர். அவ்வளவுதான். மற்றபடி அவரது மேதமையை எல்லாம் நம் சமூகம் உணரவில்லை.

அதனால் அந்தப் பெருங்கலைஞன் சுமார் இருபதாண்டுகள் தமிழ் திரையுலகில் கோலோச்சியது அவரது இசைத் திறமையால் அல்ல, அவற்றில் இருந்த நுணுக்கங்களால் அல்ல, மாறாக, இந்த

நடுவாந்திர ஆட்களால் அவரது இசையில் பொருத்திக் கொள்ள முடிந்த சில நடுவாந்திர விஷயங்களால்தான். சரியாகச் சொன்னால் அவரது வெற்றியே ஒரு விபத்துதான். இந்தச் சராசரிகள்தாம் 'இளையராஜாவெல்லாம் காலத்துக்கேற்ப இசையமைப்பதில்லை' என்று கருத்து சொல்வது. கலை என்பது ப்ரேஸியர் மாதிரி காலத்துக்கேற்ப மாறும் ஃபேஷன் சமாச்சாரம் எனத் திடமாகக் கருதும் எளிய மனங்கள். மன்னித்துக் கடப்போம்.

*(ஜனவரி 15, 2022)*

★

**கேள்வி:** ஒரு பாடல் ஹிட்டாகும் என்பது முதலிலேயே தெரிந்துவிடுமா?

**இளையராஜா பதில்:** ஹிட் என்பதைப் பற்றி நான் ஏதும் கணிக்க மாட்டேன். பாடல் நன்றாக இருக்கிறதா என்பதை மட்டுமே கவனிப்பேன்!

- இளையராஜாவைக் கேளுங்கள் (குமுதம்)

*I repeat* - அசல் கலைஞனுக்குக் கலையில் மட்டுமே கவனம் இருக்கும். ஹிட், விற்பனை, எண்ணிக்கை இதெல்லாம் பொருட்டில்லை!

*(ஏப்ரல் 14, 2023)*

★

“இளையராஜாவின் எந்தக் காலகட்டத்துப் பாடல்கள் உங்களுக்கு மிகப் பிடிக்கும்?”

“80களின் இளையராஜா!”

“எல்லோருக்கும் அதுதான் பிடிக்குது. அந்த 1980கள் எல்லாம் ஒரு மாதிரி பொற்காலம். திரும்ப அவரே கூட அப்படிப் போட முடியாது.”

“நான் சொன்னது 80 வயதை நெருங்கும் இளையராஜாவின் இன்றைய பாடல்களை!”

*(மே 18, 2023)*

★★★

# 7.இசைக் கூலி

இளையராஜா தன் இசையை இறைவன் கொடுத்தது, தான் ஒரு கருவி மட்டுமே என்று சொல்லிவிட்டு இப்போது ஏன் பாட்டுக்கு ராயல்டி கேட்கிறார் என்று அசட்டுத்தனமாய்க் கேட்கிறார்கள். இவர்கள் தீப்பொறி திருமுகம் ரத்தத் திருமுகம் ஆனதைப் பார்த்தாலும் திருந்த மாட்டார்கள். ரஹ்மான் இதில் ரொம்ப விவரம். “எல்லாப் புகழும் இறைவனுக்கே” என்று சொல்லி, ஆனால் புகழை மட்டும் இறைவனுக்குக் கொடுத்து விட்டு காசைத்தான் வாங்கிக் கொள்கிறார் - உன்னிடத்தில் என்னைக் கொடுத்தேன் ரமேஷ் கண்ணா போல்!

இசையின் உரிமை யாருக்கு என்பதில் இந்திய *intellectual property rights* சட்டங்கள் போதுமானதாய் இருக்காது என்றெண்ணுகிறேன். அதனால் திரைப்படத்தின் தயாரிப்பாளர் போடும் ஒப்பந்த அடிப்படையில்தான் அதெல்லாம் கோர முடியும். கெடுவாய்ப்பாக அவை 70களில், 80களில் எல்லாம் விரிவாய், தெளிவாய் எழுதப்பட்டிருக்க வாய்ப்பில்லை. ஆக, புதிதாய் இவற்றுக்கான சட்டங்கள் இயற்றப்பட வேண்டும். இனி போடும் ஒப்பந்தங்கள் அதற்கேற்ப விரித்தெழுதப்பட வேண்டும்.

என் அபிப்பிராயம் ஒரு திரைப் பாடலின் ராயல்டியில் தயாரிப்பாளருக்கும், இயக்குநருக்கும் உரிமை இல்லை. இசையமைப்பாளருக்கும், பாடகருக்கும், பாடலாசிரியருக்கும் மட்டுமே உரிமை உண்டு. காரணம் அவர்களின் படைப்பாற்றல் மட்டுமே நேரடியாய் அப்பாடலில் இடம் பெறுகிறது. இவை மூன்று பங்களிப்பையுமே ரசிகன் ரசிக்கிறான். முறையே 50%, 30%, 20% உரிமை பாடலில் இவர்களுக்குத் தரப்பட வேண்டும். இயக்குனர் பாடலின் தொடக்கப் புள்ளியாகவும், இறுதித் தீர்மானம் எடுப்பவராகவும் மட்டுமே இருக்கிறார் - நேரடிப்

பங்களிப்பில்லை. போலவே இசைக்கருவிகள் வாசிப்போருக்கும், கோரஸ் பாடுவோருக்கும் உரிமை இல்லை. இதுவே பின்னணி இசை எனில் இசையமைப்பாளருக்கு 75%, இயக்குநருக்கு 25%. ஏனெனில் இயக்குநர் அளித்த காட்சி உள்ளீடின் அடிப்படையில்தான் இசை உருவாகிறது. பாடலின் வீடியோ எனில் இது மேலும் சிக்கலாகும். நடிகர், ஒளிப்பதிவாளர், எடிட்டர், நடன இயக்குனர், கலை இயக்குநர், உடை, மேக்கப் எல்லோரும் வந்து விடுவர்.

இந்த உரிமையைக் கோருவதைக் கேள்வி கேட்கும் உரிமை எவருக்கும் இல்லை. இளையராஜா அவரது நியாயமான இப்போராட்டத்தில் வெல்ல வாழ்த்துக்கள்.

*(மார்ச் 19, 2017)*

★

இளையராஜா பாடல்களின் ராயல்டி தொடர்பான விவாதங்களில் அறிவாளிகள் கேட்கும் ஒரு கேள்வி: "பாத்ரூமில் ராஜா பாடல் பாடலாமா?" அதாவது லாஜிக்கலாக மடக்குகிறார்களாம். ஆனால் உண்மை என்னவெனில் மண்டையில் மூளைக்கு பதில் மலம் இருந்தால் மட்டுமே இந்த மாதிரி ஓர் அபத்தக் கேள்வியைக் கேட்க முடியும்.

இவ்விஷயத்தில் இளையராஜாவின் கோரிக்கை மிக நேரடியானது, எளிமையானது. என் பாடலைப் பாடி நீ காசு சம்பாதித்தால் அதில் என் பங்கை ராயல்டியாகத் தர வேண்டும் என்கிறார். அதில் என்ன பிழை இருக்கிறது? படைப்பு அவருடையது, காசு கேட்கும் உரிமை அவருக்கு இருக்கிறது, தற்போது நீதிமன்றமும் அதை உறுதி செய்திருக்கிறது.

*BTW*, நீங்கள் பாத்ரூமில் பாடுவதன் மூலம் காசு வந்தால் அதிலும் அவருக்குப் பங்கு தர வேண்டியிருக்கும். ஆனால் காசு வருமா என்பதை மலமண்டை கொண்டு யோசியுங்கள்.

இளையராஜா ராயல்டி விவகாரத்தில் அடுத்து முந்தியடிக்கும் எகத்தாளக் கேள்வி: ரயிலில் இளையராஜா பாடலைப் பாடி பிச்சை எடுப்போரும் ராயல்டி தர வேண்டுமா?

தர்க்கப்படி பார்த்தால் ஆம், தர வேண்டும். ஆனால் அது பிச்சை

என்பதால், அவர்களே தம் ஜீவனத்துக்கு மட்டுமே அதன் மூலம் சம்பாதிக்கிறார்கள், அதை வைத்து சொத்துக் குவிப்பதில்லை என்பதால் இரக்கப்பட்டு விடுகிறார். உதாரணமாக நீங்கள் ஒருவருக்குப் பிச்சை போட்டதை எல்லாம் கணக்கு வைத்துத் திருப்பிக் கேட்க மாட்டீர்கள்தானே? அதே போல்தான். சொல்லப் போனால் இளையராஜா பாடலைப் பாடிப் பிச்சை எடுக்கும் ஒருவருக்கு நீங்கள் காசு போட்டால், அதில் அவரது பங்கும் இருக்கிறது. மறைமுகமாகத் தன் ராயல்டி தொகையைத்தான் அவர் உங்கள் மூலமாய்ப் பிச்சையிடுகிறார். ஆனால் ராஜா பாடலைப் பாடிப் பிச்சை எடுத்து பங்களா கட்டிய பிச்சைக்காரர்கள் இருந்தால் அறிவாளி அன்பர்கள் சுட்டலாம். அவர்களிடம் ராஜா ராயல்டி வாங்கிக் கொள்வார்.

*(ஜூன் 5, 2019)*

★

*Manjummel Boys* படத்தில் கண்மணி அன்போடு காதலன் பாட்டைப் பயன்படுத்தியதற்கு ராயல்டி கேட்கிறார் இளையராஜா. அதைக் கேலி செய்யும் விதமாக குணா படத்தில் கல்யாணம் கல்யாணம் பாடலைப் பயன்படுத்தியதற்குப் இளையராஜா ராயல்டி கொடுத்தாரா எனக் கேட்கிறார்கள். படத்தில் அப்பாடலைப் பயன்படுத்தியதற்குப் பொறுப்பு அதன் இசையமைப்பாளரான இளையராஜா அல்ல. அதன் திரைக்கதை ஆசிரியர் சாப் ஜான், இயக்குநரான சந்தான பாரதி, தயாரிப்பாளரான கமல் ஹாசன் மூவரும்தான். அதேதான் *Manjummel Boys* படத்திலும் - கண்மணி அன்போடு காதலன் பாடலைப் பயன்படுத்தியதற்குப் பொறுப்பு அதன் திரைக்கதை ஆசிரியர், இயக்குநர் மற்றும் தயாரிப்பாளர்தாம். படத்தின் இசையமைப்பாளரிடம் இளையராஜா ராயல்டி கோரவில்லை; அதன் தயாரிப்பாளரிடமே கோருகிறார் என்பதைக் கவனிக்கலாம்.

*(மே 28, 2024)*

★★★

# 8.இசைச் செருக்கு

வெள்ள நிவாரணம் தொடர்புடைய சந்தர்ப்பத்தில் பீப் சாங் கேள்வியைக் கேட்டது முதல் தவறு. இளையராஜாவின் இடமும் இயல்பும் உலகமே அறிந்திருக்கையில் அக்கேள்வியை அவரிடம் கேட்டது இரண்டாம் தவறு. அக்கேள்விக்கு "அறிவிருக்கா?" என்று சொன்னதும் அதைப் பதிலாய் ஏற்று அவரைச் சங்கடப்படுத்தி விட்டோம் என்று புரிந்து விலகாதது மூன்றாம் தவறு. *(பதில் சொல்ல விருப்பம் இல்லை எனில் "நோ கமெண்ட்ஸ்" என்றுதான் சொல்ல வேண்டும் என ஏதேனும் விதி இருக்கிறதா என்ன!)* தொடர்ந்து "அறிவு இருக்கறனாலதான் கேட்கிறேன்" என்று ஈகோவைப் பிடித்துத் தொங்கிக் கொண்டு அசட்டுத்தனமாய் நின்றது நான்காம் தவறு. இவை யாவற்றையும் விடப் பெருந்தவறு இதை எல்லாம் செய்து விட்டு கடைசியில் ராஜா மன்னிப்புக் கேட்க வேண்டும் என்று சங்கத்தின் பெயரில் அறிக்கை விட்டது. *(அதிலும் பொய்கள், குழப்பங்கள். அது சினிமா நிகழ்ச்சியா? எவனோ தறுதலை போட்ட / பாடிய பாடலுக்கு எதற்கு ராஜா வருத்தம் தெரிவிக்க வேண்டும்? அப்படி எதிர்பார்க்கும் சங்கம், தான் அல்லவா அந்த நிருபரின் செயலுக்கு ராஜாவிடம் மன்னிப்புக் கோர வேண்டும்?)*

பத்திரிக்கை நண்பர்களே, நடைமுறைக் காரணங்களால் சக பத்திரிக்கையாளரின் முட்டாள்தனத்தைப் பகிரங்கமாய் உங்களால் ஒப்புக் கொள்ள முடியாதிருக்கலாம். ஓர் அரசு ஊழியன் அரசை விமர்சிக்க முடியாததுபோல், ஒரு கட்சிக்காரர் தன் கட்சித் தலைவரைக் கண்டிக்க இயலாதது போல் நீங்கள் மௌனமாக இருப்பதை சக மாதச் சம்பளக்காரனாக என்னால் புரிந்து கொள்ள முடிகிறது. மாறாய் இன்னும் ஒருபடி மேலே போய் நிருபரை நியாயப்படுத்திப் பேசுவதும் ராஜா மன்னிப்புக் கேட்க

வேண்டும் என்று சொல்வதும் அராஜகம் அல்லவா? நீங்கள் மனசாட்சியுடன்தான் பேசுகிறீர்களா?

பத்திரிக்கையாளர் என்றால் எங்கே வேண்டுமானாலும் என்ன வேண்டுமானாலும் கேட்கலாம் என்பதே முதலில் தவறான புரிதல். அப்படியே அத்தொழில் குறித்து உங்களுக்குக் கர்வம் இருந்தாலும் அதைத் தீவிர விஷயங்களில் காட்டுவதே வீரம்; இது போல் அற்பத்தனமான விஷயங்களில் அல்ல. ராஜாவின் செருப்பை கழட்டி வைத்து விட்டு, அந்நிருபரின் *shoe*வையும் போட்டுப் பாருங்கள் - என்றொரு மேதாவித்தன நடுநிலைக் கருத்து. நிதானமாய்ப் போட்டுப் பார்த்தாயிற்று. தொடர்பற்ற, அசந்தர்ப்பச் சூழலில், ஒரு மேதையின் இயல்பு (திமிர் என்றே கொள்ளலாம்) குறித்து நன்கு அறிந்திருந்தும் வேண்டுமென்றே அவர் வாயைப் பிடுங்கி அதைத் தன் தொலைக்காட்சி வழி பரபரப்பாக்கும், விளம்பரம் தேடும் மலின நோக்கில், எந்த சமூகப் பொறுப்புமற்று, ஊடக தர்மத்தை மிதித்தபடி, ஓர் அவசியமற்ற, பயனற்ற ஈனக் கேள்வியைக் கேட்டமைக்கு அதே ஷூவைக் கழற்றி தன்னைத்தானே பிய்ந்து போகுமளவு அடித்துக் கொள்ள வேண்டும் அந்த நிருபர். வக்காலத்து வாங்கியவர் அதற்கு ஏதும் உதவுவாரா?

நியாயமாய்ப் பார்த்தால் சம்மந்தப்பட்ட சேனல் அந்த நிருபரை தனிமையிலேனும் அவர் செய்கைக்குக் கண்டித்து, எச்சரித்திருக்க வேண்டும். தன் ஊழியனின் அசட்டுத் தனத்தைத் தட்டிக் கொடுத்து அவனைப் பாதுகாப்பதன் மூலம் மற்ற ஊழியர்களைக் குஷிப்படுத்துவதுதான் ஊடக தர்மமா? அது எல்லா நிருபர்களையும் தவறாய் ஊக்குவிப்பதாகாதா? மேலிடத்தில் ஒரு நியாயவானோ புத்திசாலியோ கூடவா இல்லை?

ஒருவேளை நிருபர் செய்தது சரி என நினைத்தால் தெளிவான தர்க்கத்துடன் அது எப்படி அறமாயிற்று என விவரித்து சுத்தமாய் ஆயிரம் சொற்களில் எழுதுங்கள் பார்க்கலாம்.

(டிசம்பர் 19, 2015)

★

இளையராஜா அப்படிச் சொல்லவில்லை, இப்படிச் சொல்லவில்லை என்று நாம் நீளமாய் விளக்குவதே அனாவசியம். "இங்கே எவனுக்கும் இசையமைக்கத் தெரியவில்லை" என அவர் சொல்லி இருந்தால் கூட அதிலென்ன தவறு? அப்படிச் சொல்வதற்குரிய பூரணத் தகுதியும் உரிமையும் கொண்டவர் அவர். மூடிக் கேட்டுக் கொள்வதைத் தவிர நமக்கு வேறு வழியில்லை என்பதை இசைச் சமூகமும் வசைச் சமூகமும் உணர வேண்டும்.

*(ஜனவரி 5, 2019)*

★

பல்லாண்டுகளாகத் தான் பணி செய்த ப்ரசாத் ஸ்டூடியோவை நீங்கச் சொன்னதற்கு இளையராஜாவின் எதிர்வினை சாபம் போல் தொனிக்கிறது என்கிறார்கள். அதனால் நன்றி கெட்டவராம். ஒரு பேச்சுக்கு சரியென்றே கொள்வோம். இளையராஜாவின் இசையின் வழி வாழ்வின் பல சந்தர்ப்பங்களில் எத்தனையோ பெற்றுக் கொண்டு நாக்கூசாமல் அவரைத் தூற்றுகிற ஒருவரை விடவா அவர் நன்றி கெட்ட மனிதர்!

தவிர, கடவுள் என்றால் வரமும் தரும், சமயங்களில் சபிக்கவும் செய்யும்தானே!

*(பிப்ரவரி 3, 2021)*

★

சமீபத்தில் இளையராஜாவின் பாடல்களைப் பயன்படுத்த இசை நிறுவனங்களுக்கு விதிக்கப்பட்ட தடையை எதிர்த்து உயர்நீதிமன்றத்தில் தொடரப்பட்ட மேல்முறையீட்டு வழக்கில் இளையராஜா தன்னை எல்லோருக்கும் மேலானவர் என்று நினைத்துக் கொள்வதாக இசை நிறுவனங்கள் தரப்பு கூறியதற்கு இளையராஜா தரப்பின் பதில்:

"ஆமாம், நான் எல்லோருக்கும் மேலானவன்தான்."

நீதிமன்றம் என்ன நினைக்கும் / சொல்லும் எனப் பம்மாமல் இப்படி ராஜா சொல்லியது கெத்துதான். அவர் மீது தொடர்ந்து வைக்கப்படும் குற்றச்சாட்டு அவரது வித்யாகர்வம் பற்றியது

– சக மனிதர்களை மதிப்பதில்லை. தன்னைத்தானே புகழ்ந்து கொள்கிறார்.

தான் புழங்கும் துறையில் தலைசிறந்து விளங்கும் எவனும் இளையராஜாவுக்குத் திமிர் எனச் சொல்ல மாட்டான். அதை முற்றும் புரிந்து கொள்வான். கதறுவதெல்லாம் இந்த *mediocre* திறமைசாலிகளும், அதனினும் கீழான தாழ்வுமனப்பான்மை ஆசாமிகளுமே.

இளையராஜாவிடம் ஒவ்வொரு கலைஞனும் கற்க வேண்டியது என்ன? *திமிர்!*

*(ஏப்ரல் 11, 2024)*

★★★

# ௯.இசைத் துக்கடா

ரஹ்மானிடம் பாடியதால் (ரோஜா சின்ன சின்ன ஆசை) தனக்கு இளையராஜா வாய்ப்பு மறுத்தார் என மின்மினி ஒரு தொலைக்காட்சிப் பேட்டியில் முன்பு சொல்லியிருக்கிறார்.

*Pappayude Swantham Appoos*, திருமதி பழநிச்சாமி, ராசுக்குட்டி, தேவர் மகன், மீரா, ஒண்ணா இருக்கக் கத்துக்கனும், அரண்மனைக் கிளி, தர்மசீலன், தாலாட்டு, ராக்காயி கோயில், எங்க தம்பி, சின்னக் கண்ணம்மா, சின்ன மாப்பிள்ளை, ஏழை ஜாதி, ஐ லவ் இந்தியா, காத்திருக்க நேரமில்லை, மகராசன், கண்மணி, சத்யவான், தென்றல் வரும் தெரு -

இதெல்லாம் 1992ன் பிற்பகுதி, 1993 மற்றும் 1994ல் இளையராஜா இசையில் மின்மினி பாடிய படங்கள். குறைந்தது 20 படங்கள். ரோஜா படம் வெளியானது ஆகஸ்ட் 1992.

நிஜமாகவே புரியவில்லை.

★

இளையராஜா வேறு இசையமைப்பாளருடன் இணைந்து இசையமைப்பதில்லை என்ற என் நேற்றைய குறிப்பு பற்றி சில நண்பர்கள் கேள்வி எழுப்பி இருந்தார்கள். அது பற்றி...

இளையராஜா எம்எஸ்வியுடன், யுவனுடன், கார்த்திக்குடன் சேர்ந்து பணியாற்றியதைக் கணக்கில் எடுக்க முடியாது என நான் கருதுகிறேன். அது மரியாதை அல்லது பாசம். ஆக, அவை விதிவிலக்கு. (அவர் மலையாளத்தில் வி. தக்ஷிணாமூர்த்தியுடனும் இணைந்து பணிபுரிந்துள்ளதாக ஆத்மார்த்தி சுட்டிக் காட்டினார். அது எனக்குப் புதுத் தகவல்.)

ஹே ராம் படத்தில் எல் சுப்ரமணியம் பாடல் இசை, இளையராஜா

பின்னணி இசை எனக் கேட்டபோது இதே காரணத்தைச் சொல்லி நிராகரித்ததை கமல், இளையராஜா (பால் நிலாப் பாதை நூலில்) இருவரும் பதிவு செய்திருக்கின்றனர். நந்தலாலா படத்தில் ஒரு நரிக்குறவர் பாடல் அவரது பங்கின்றி ரெக்கார்ட் செய்யப்பட்ட போது மிஷ்கினுடன் உறவை முறித்துக் கொண்டார். நான் கடவுள் டைட்டில் பாடலில் உத்தம் சிங்கின் பங்கு உண்டு என்பார்கள் - ஆனால் அவர் இளையராஜாவின் உதவியாளராகப் பல்லாண்டு இருந்தவர். இளையராஜா தன் படங்களில் மற்ற இசையமைப்பாளர்கள் பங்களிப்பதை விரும்பாததைச் சொற்களாகவும் செயலாகவும் பல முறை வெளிப்படுத்தி இருக்கிறார், மற்றவர்களும் உறுதி செய்திருக்கிறார்கள். நான் கற்பனையில் ஏதும் சொல்லவில்லை.

★

நந்தலாலா திரைப்படத்தின் தொடக்க விழா விளம்பரப் போஸ்டரைக் கண்டேன்.

பொதுவாய், இது போன்ற விளம்பரங்களில் இசையமைப்பாளரின் பெயர் (அவர் எவ்வளவு பெரிய இசையமைப்பாளராய் இருந்தாலும்), படத்தின் இயக்குநர் பெயருக்கு (அவர் புதுமுக இயக்குநராய் இருந்தாலும்) கீழ், அளவிற் சிறியதான எழுத்துருவில்தான் போடுவார்கள். மாறாக, இயக்குநர் பெயருக்கு மேல், அதே அளவிலான எழுத்துருவில், இசையமைப்பாளர் பெயர் வந்ததாய், தமிழ் சினிமாவிலோ, உலக சினிமாவிலோ, எனக்கு தெரிந்து ஞாபகமில்லை. நந்தலாலா திரைப்படம் இதை உடைத்திருக்கிறது.

சந்தோஷப்படவேண்டியது இளையராஜா; பெருமைப்பட வேண்டியது மிஷ்கின்.

★

கடைசி விவசாயி படத்தில் இளையராஜாவின் பின்னணி இசை பிடிக்கவில்லை என்று சொல்லி அவரை நீக்கிவிட்டு பதிலாக சந்தோஷ் நாராயணனைப் போட்டிருப்பதாகக் கேள்விப்பட்டேன். செய்தி உண்மை எனில் அகங்காரம் என்பது இதுதான். மணிகண்டன் இயக்கிய குற்றமே தண்டனை

தமிழின் சிறந்த பின்னணி இசை கொண்ட படங்களில் ஒன்று- இசை இளையராஜா. அகங்காரம் என எதைச் சொல்கிறேன்? இளையராஜாவின் பின்னணி இசை நன்றாக இல்லை என்று ஒருவருக்குத் தோன்றுவதே அகங்காரம்தான்.

★

யுவன் ஷங்கர் ராஜா உண்மையில் இப்போது மறுஆக்கம் செய்திருக்கும் இளையராஜா பாடல்கள் இரண்டும் (வைச்சாலும் வைகாம போனாலும், பம் பம் பம் ஆரம்பம்) ரீம்க்ஸ் என்று கருத முடியவில்லை. ஒரிஜினல் பாடலில் மெல்லிசாக நவீன கருவி இசைப்புகள் சேர்த்து அலங்கரிக்கிறார். அவ்வளவுதான். பீட்ஸா மீது டாப்பிங் சேர்ப்பதுபோல். அதில் அவரது பங்களிப்பு என்று பெரிதாக என்ன இருக்கிறது எனப் புரியவில்லை. ஒருவேளை அந்தக் கோட்டை மீறி இளையராஜாவின் பாடலில் கை வைத்தால் தந்தையின் சினத்துக்கு உள்ளாக வேண்டி வரலாம் என்ற அச்சம் / தயக்கமாகவும் இருக்கலாம்.

இங்கேதான் *Disco Raja* என்ற தெலுங்குப் படத்தில் தமன் இசையில் வந்த *Nuvvu Naatho Emannavo* பாடலைக் கவனிக்கவேண்டும். அது வளையோசை கலகலவென பாடலின் இசையைத் தழுவி அமைக்கப்பட்டது. அதாவது அதை அடிப்படையாகக் கொண்டு தன் கற்பனையை மேலேற்றி இருப்பார். அடிப்படை இசையையும் விடாமல் தன்னுடைய உள்ளீடையும் விடாமல் ஒரு *balance*. சிறப்பான பாடல். யுவன் இளையராஜா பாடல்களை அப்படித் தன் பாணியில் பயன்படுத்தினால் பாராட்டலாம். மற்றபடி, என் சிறிய புரிதலில் இப்போது யுவன்ஷங்கர் செய்து கொண்டிருப்பது ஒரு மாதிரி காப்பி மட்டுமே.

இளையராஜாவே தன் பாடலைத் தானே அற்புதமாக ரீமிக்ஸ் செய்து காட்டியிருக்கிறார். அது *Shamitabh* படத்தில் வரும் *Stereophonic Sannata* பாடல் - ஆசைய தூது விட்டு (ஜானி) பாடலின் மறுஆக்கம். இன்னொன்று *Shiva 2006* படத்தில் வரும் எழுந்து வா பாடல் - விடிய விடிய நடனம் (இதயத்தைத் திருடாதே) பாடலின் ரீமேக். இரண்டும் மாணிக்கங்கள்!

★

சில நாட்கள் முன் ஒரு வதந்தி வந்தது - ஆம், அது ஒரு வதந்தி என்றே நம்புகிறேன்.

பா.ரஞ்சித் தன் அடுத்த படத்தின் இசைக்கு இளையராஜாவை அணுகியதாகவும், அவர் அதற்கு மறுத்து, சினிமாவில் தனக்கென ஒரு பெயர் இருப்பதாகவும் ரஞ்சித்துடன் இணைவதன் மூலம் அதைக் கெடுத்துக் கொள்ள விரும்பவில்லை என்று காரணம் சொன்னதாகவும். ரஞ்சித்தின் வணிக வெற்றியினாலும் முற்போக்காளர்கள் மத்தியிலும் ஊடகங்களிலும் அவருக்கு இருக்கும் நல்ல பெயர் காரணமாகவும் எவரோ எதிர்தரப்பு கிளப்பி விட்ட அவதூறு என்பது என் ஊகம். அதாவது பா.ரஞ்சித் அவமானப்பட்டார் என பொதுப் புத்தியில் நிறுவுவதே இந்த வதந்தியின் நோக்கு. தேவர் மகன், சின்னக் கவுண்டர், முத்துராமலிங்கத்துக்கு இசை தருபவர் பா.ரஞ்சித்துக்கு மட்டும் மறுப்பார் என நம்ப எந்த முகாந்திரமும் இல்லை. நாளை அந்த உதவாக்கரை இயக்குநர் மோகன் ஜி கேட்டாலும் ராஜா இசையமைப்பார். உண்மையில் ரஞ்சித்தை விட ராஜாவையே இது அதிகம் அவமதிக்கிறது. இதற்கு முன் அப்படித்தான் பெரியார் படத்துக்கு இசை அமைக்க மறுத்தார் என ஒரு வதந்தியைக் கிளப்பி காலப்போக்கில் அதை உண்மை என்றாக்கினார்கள். இப்போது இது புதிது. அதை விட இது சற்று *serious allegation.*

இவர்களைக் கண்டறிந்து இளையராஜா அவதூறு வழக்குப் போட வேண்டும்.

★

எல்லோரும் இளையராஜா - வைரமுத்து கூட்டணியை எப்போதும் சிலாகித்து மீண்டும் அமைய வேண்டும் என்கிறார்கள். (நானும் ஒரு காலத்தில் சொல்லி இருக்கிறேன்.) ஆனால் இப்போது அமைந்தாலும் அது ரசிகர்களுக்கு ஏமாற்றத்திற்குரியதாகவே இருக்கும் எனத் தோன்றுகிறது. கலைஞர்களுக்கு இடையே ஓர் ஆன்ம இணக்கம் வேண்டும். அப்போதுதான் கூட்டுக் கலையின் பலன் சிறப்பாக வரும். இனி இவர்கள் இருவருக்கிடையே அது சாத்தியமில்லை. தவிர, வைரமுத்துவும் முன்போல் தரமில்லை.

இன்னொரு விஷயம்: எனக்கு எண்ணிக்கை மற்றும் உச்சங்களின் அடிப்படையில் இளையராஜா - வைரமுத்து கூட்டணியை விட

ரஹ்மான் - வைரமுத்து கூட்டணியே வரிகளைப் பொறுத்தவரை உசத்தி எனத் தோன்றுகிறது. நேற்று ரோஜா பாடல்கள் கேட்டுக் கொண்டிருந்தேன். இசை மற்றும் ஒலியில் மட்டுமல்ல பாடல் வரியிலும் அந்த ஆல்பம் அதற்கு முந்தைய காலகட்டத்திலிருந்து ஒரு பெரும்பாய்ச்சல். சந்தேகமே இன்றி, வைரமுத்துவை மீட்டவர் ரஹ்மான்தான். அதுவும் அவரது சாதனைதான்.

★

“என்னை தவிர ஆண்கள் எல்லாம் பெண்களாகிப் போனால்கூட உன்னை தவிர இன்னொரு பெண்ணை உச்சி மோந்து பார்ப்பதும் இல்லை” - பார்த்தேன் ரசித்தேன் படத்தில் வைரமுத்துவின் பாடல் வரிகள். அதைத்தான் தியாகராஜன் குமாரராஜா க்ளைமாக்ஸ் வசனமாக வைத்திருக்கிறார் நினைவோ ஒரு பறவை படத்தில் *(Moden Love Chennai)*. கடைசியாக, இளையராஜா ஒரு வைரமுத்து வரிக்கு இசையமைத்து விட்டார்!

★

இளையராஜா இசையில் இன்று இரு படங்கள் வெளியாகின்றன: மாமனிதன் மற்றும் மாயோன். இதெல்லாம் அவருக்கு 80களில் ஒரு விஷயமே இல்லை. அன்றும் இன்றும் மற்ற இசையமைப்பாளர்களுக்கு இப்படி நடந்திருக்கவும் / நடக்கவும் செய்யாது.

★

இளையராஜா நூற்றுக்கணக்கான படங்களைத் தன் பாடலால் தூக்கி நிறுத்தியுள்ளார். பதிலுக்கு ஒரே ஓர் இயக்குநர் இளையராஜாவின் பாடல் ஒன்றைத் தன் படத்தால் தூக்கி நிறுத்தியிருக்கிறார். அந்த இயக்குநர் - லப்பர் பந்து இயக்கிய தமிழரசன் பச்சமுத்து.

அந்தப் பாடல் - நீ பொட்டு வெச்ச...

★★★

# 10.The Music Messiah

**இசையமைப்பது தவிர வேறு என்ன தெரியும்?**

*எனக்கு இசையமைக்கத் தெரியும் என்று யார் சொன்னது? - வேறு எதுவும் தெரியாது.*

*- இளையராஜாவைக் கேளுங்கள் (குமுதம்)*

*த்தா... ராஜாடா!*

★

*நியாயமாகப் பார்த்தால் தமிழ் கூறும் இந்நல்லுலகம் அன்னையர் தின வாழ்த்தை இளையராஜாவுக்கே சொல்லவேண்டும். தந்தையர் தின வாழ்த்தை பெரியாருக்கு!*

★

*எல்லா நல்ல பாடல்களிலும் இளையராஜாவின் சாயல் இருக்கும். 80களிலும் 90களிலும் வந்த பல பிற இசையமைப்பாளரின் சிறந்த பாடல்கள் பல இளையராஜா பெயரில் வரவு வைக்கப்பட்டது அதனால்தான். அது தமிழ்ச் சமூகத்தின் கூட்டு மனசாட்சியின் வேலை!*

★

*நீங்கள் இனி ஒரே ஓர் இசையமைப்பாளரை மட்டுமே கேட்க முடியும் என்று ஒரு சட்டம் கொண்டு வரப்பட்டால் யாரைத் தேர்ந்தெடுப்பீர்கள்? அடடா! இதற்குச் சட்டமெல்லாம் எதற்கு? நாங்கள் பலரும் இப்போதே இளையராஜாவை மட்டும்தான் கேட்கிறோம், ஐயா!*

★

ஓ! இளையராஜாவுக்குப் பின்னணி இசை அமைக்கறது எப்படினு கத்துக் கொடுக்கற அளவு வந்துட்டீங்களாடா? ஐன்ஸ்டைன் இன்று உயிருடன் இருந்திருந்தால் அசடர்கள் ரிலேட்டிவிட்டியைப் புரிந்து கொள்வது பற்றி அவருக்கு வகுப்பெடுத்திருப்பார்கள்.

★

90களில் வெளியான மரகதமணியின் அழகன், வானமே எல்லை, ஜாதி மல்லி, நீ பாதி நான் பாதி ஆகிய படங்களின் பாடல்களைத் தவறாக இளையராஜா ஹிட்ஸ் கேசட்டில், சிடியில் சேர்த்திருப்பர். ஆஸ்கரை விடவும் அவருக்குக் கிட்டிய பெருங்கௌரவம் அது!

★

"அந்த வானத்தைப் போல..." (சின்னக் கவுண்டர்) பாடலை இதுவரை எந்த முறையும் மயிர் கூச்செரியாமல் கேட்க முடிந்ததில்லை. இன்னும் ஆயிரமாண்டு இரும், ஐயா!

★

இத்தனை ஆண்டுகளில் ஒரு முறை கூட அவதாரம் படத்தின் தென்றல் வந்து தீண்டும் போது பாடலை உடலெங்கும் சிலிர்ப்பு தோன்றாமல் கேட்க முடிந்ததே இல்லை.

*Hard to believe it is created by a human.* இளையராஜாவை ஆண்டவர் என்பேன்!

★

நான் நினைவு தெரிந்தது முதல் ரஜினி ரசிகன். அனேகமாக அதிசயப் பிறவி (1990) நான் பார்த்த முதல் ரஜினி படமாக இருக்கலாம். அதன் உச்சம் பாட்ஷா (1995). அதே ஆண்டின் பிற்பகுதியில் ஒரே படத்தைப் பார்த்துவிட்டு கமல்ஹாசன் ரசிகனாக மாறிப்போனேன். குருதிப்புனல்! போலவே நான் ஆரம்பத்தில் ரஹ்மான் ரசிகன். ரோஜா (1992) முதலே. அது 1999ம் ஆண்டின் இறுதி வரைக்கும் நீட்டித்தது. பின் 2000ம் ஆண்டில் ஒரே ஒரு படத்தின் பாடல்களும் பின்னணியும் கேட்டு இளையராஜா ரசிகனாக ஆகிப் போனேன். ஹே ராம்!

★

என் எழுத்தறையில் உள்ள இரு படங்கள்: ஒன்று ஐன்ஸ்டைன், மற்றது இளையராஜா.

அதையொட்டி போதி என்னிடம் கேட்டான்: "அப்பா, உனக்கு ஒன்று ஐன்ஸ்டைன் மூளை கிடைக்கும் அல்லது இளையராஜா மூளை கிடைக்கும். நீ எதைத் தேர்ந்தெடுப்பாய்?"

உண்மையாகவே சிக்கலான கேள்வி. மிக யோசித்தும் பதில் சொல்ல முடியவில்லை. காந்தியின் மூளை இன்னும் மேலானதோ என்ற எண்ணமும் இடையில் வந்து போனது.

★

1976ல் இளையராஜா சினிமாவில் அன்னக்கிளி மூலம் அறிமுகமாகிறார். நான்காண்டு கழித்து 1980ல் நிழல்கள் வெளியாகிறது. நண்பன் பாரதிராஜா இயக்க, இளையராஜா இசை. மடை திறந்து தாவும் என்ற பாடலை எஸ்பிபி பாடுகிறார். அதில் "புது ராகம் படைப்பதாலே நானும் இறைவனே" என்ற வரி வருகிறது. பாடலின் வீடியோவில் அதற்கு மட்டும் இளையராஜா வாயசைக்கிறார். அசல் ஹீரோயிஸம் என்றால் இதுதான்.

அந்த வரிகளைக் கேட்கும் போதெல்லாம் *goose bumps* உறுதி. இப்போது இந்த வீடியோ விஷயத்தையும் சேர்த்து யோசித்தால் மயிர் தாண்டி நரம்பெல்லாம் சிலிர்க்கிறது.

★

இளவேனிற்காலப் பஞ்சமி (மனம் விரும்புதே உன்னை) இளையராஜா பாடல் போலவே இல்லை. அது 90களின் பிற்பகுதியில் தமிழ் சினிமா கோரிய ரொமான்டிக் பாடல் ட்ரெண்டிற்கு பதில் சொல்லியது போல் இருக்கிறது! இளையராஜா பொதுவாய் அப்படிச் செய்யக்கூடியவர் அல்ல. அவருடையது போலில்லை எனினும் நீண்ட இடைவெளிக்குப் பிறகு அப்பாடலைக் கேட்டதும் அவரோ சந்தேகம் எழச் செய்ததுதான் ராஜா *Signature!*

மேலும் யோசித்தால் இம்மாதிரி வேறு சில 90களின் பாடல்கள் சிக்குகின்றன. காதல் நீதானா (டைம்), மலைக்கோயில் வாசலில் (வீரா), ஓ... பேபி பேபி (காதலுக்கு மரியாதை).

★

துரை படத்தில் 'ராஜா.. ராஜாதி ராஜன்' (அக்னி நட்சத்திரம்) பாடலை ரீமிக்ஸ் (இசை: இமான்) என்ற பெயரில் கொத்து பரோட்டாவாக்கி இருக்கிறார்கள் (டைட்டில் கார்டில் வேறு "நன்றி : இளையராஜா, வாலி" என்று போடுகிறார்கள். தமிழ் சினிமாவில் வேகமாக பரவி வரும் ரீமிக்ஸ் கலாசாரத்தை இது வரை ஆதரித்து, ரசித்து வந்த நான், இப்போது என் நிலைப்பாடு பற்றி தீவிரமாய் யோசித்து வருகிறேன். வாந்தி வருகிறது ஐயா!

★

உன்னை நினைச்சு (சைக்கோ) - சில குறிப்புகள்:

1) மிக நல்ல பாடல். 2) ஆனால் வழக்கமாக இளையராஜா கடந்த 10 ஆண்டுகளில் போட்டு வரும் மெலொடிகளின் அதே உயரம்தான் (நேர்மறைப் பொருளில்). 3) அதனால் மிஷ்கினின் "இந்த தசாப்தத்தின் சிறந்த பாடல்" என்ற விதந்தோதல் அடிபடுகிறது. 4) சித்ஸ்ரீராமின் உச்சரிப்பில் உள்ள ஓர் அந்நியத்தன்மை இப்பாடலுக்குள் நுழைய மெல்லிய தடையாய் இருக்கிறது. 5) மற்றபடி, ஒரு மாதிரி நெஞ்சில் வழுக்குகிறது.

★

பாடல் பெரிதா இசை பெரிதா சர்ச்சையில் "இசையும் வரிகளும் சமம், ஏனெனில் பாடலை வரியைக் கொண்டே அடையாளப்படுத்துகிறார்கள்" என்கிறார் வைரமுத்து.

இப்படித் துணுக்குகளை எல்லாம் வாதக் கருத்துகளாகப் பேசிக் கொண்டிருக்கிறார். பாடல் என்பதில் இசைதான் பிரதானம். இதில் சந்தேகமே இல்லை. எப்போதும் மனதில் எங்கோ ஆழப் புதைந்திருப்பது பாடலின் இசைதான். வரியைத்தான் நினைவுபடுத்தத் தேடுவோம். இசை ஆன்மா. வரிகள் அதற்குப் பொழிப்புரை மட்டுமே. வரிகள் இல்லை என்றாலும், வரிகள் மோசம் என்றாலும் இசை நிற்கும். மோசமான இசையமைப்பாளர் இசையில் பெருங்கவிஞன் வரிகள் எழுதினாலும் இந்த விதி துல்லியமாகப் பொருந்தும்.

வைரமுத்து இன்று தமிழ் சினிமாவில் சீனிலேயே இல்லாத பாடலாசிரியர். சின்மயி பாலியல் விவகாரம் காரணமாக முன்னணி இசையமைப்பாளர்கள், இயக்குநர்கள் அவரை

ஒதுக்கியது மட்டும் காரணமல்ல. செக்கச் சிவந்த வானம், பேரன்பு படங்களில் அவரது வரிகள் சுமாருக்கும் கீழ் தரத்தில்தான் இருந்தன. அவர் தன் ஓய்வுக்காலத்தை அடைந்து விட்டதையே அவை உணர்த்தின. இந்தக் காலத்தில் வேண்டுமென்றே கவன ஈர்ப்பு செய்வதற்காகவே இளையராஜாவை வம்புக்கு இழுக்கிறார் என்பது தெளிவு.

★

இளையராஜாவை உயர்த்தி நிறுத்தியது தமிழ்தான் என மகுடேசுவரன் சொல்வதாக ஒரு வீடியோவின் தம்ப்நெய்ல் காட்டுகிறது. (உள்ளே போய்ப் பார்க்க ஆர்வமில்லை.)

“யாமறிந்த மொழிகளிலே மௌனம் போல் இனிதாவது எங்கும் காணோம்” என்று எழுதியவர் இளையராஜா. மொழியே இல்லை என்றாலும் இளையராஜாவின் இசை நிற்கும். அதற்கு *How to Name It, Nothing But Wind, The Music Messiah, Swappnam* எனப் பல உதாரணங்கள் உண்டு. ஆக, அவரது இசைக்குத் துணை அவசியமில்லை எனத் தெளிவு.

மாறாக, இளையராஜா இசைத்த பிரதான மொழி என்று தமிழ் மொழி வேண்டுமானால் இளையராஜாவைத் தன் கிரீடத்தில் சூடிக் கொண்டு அழகு பார்க்கலாம். எனவே என் பணிவான அறைகூவல் இளையராஜாவால்தான் அந்தத் தமிழன்னைக்கே பெருமை.

★

*Modern Love - Chennai* ஆல்பத்தில் மொத்தம் 18 பாடல்கள் - அவற்றில் 13 பாடல்களுக்கு இசை இளையராஜா. *Hands down winner* என்றால் *The Good Bye.* வரிகளற்ற வாத்திய இசை. கொஞ்சம் ‘வானம் மெல்ல’ (நீதானே என் பொன்வசந்தம்) பாடலை நினைவூட்டினாலும் இது வேறு. இது பிரிவைச் சொல்கிறதா, பிரியும் போது நினைவில் வரும் பழைய நினைவுகளையா என வகைப்படுத்த முடியாத கலவை. பிரிவு எப்போதும் துயரின் சாயையில்தான் இருக்க வேண்டுமா என்ன! அடுத்து சிறப்பானது ட்ரெய்லரில் கேட்ட நெஞ்சில் ஒரு மின்னல். இளையராஜா குரலில் அற்புதமான காதல் துள்ளல். மிக நல்ல மெல்லிசைப்

பாடலாக நிலைக்கும். அதற்கடுத்து காமத்துப்பால் என்றொரு *instrumental*. சரியாக மூன்று நிமிடம் ஓடும் பாடல் - ஒரு கலவியைச் சித்தரிப்பதாகத் தோன்றுகிறது. மெல்ல ஆரம்பித்து வேகமெடுத்து இறுதியில் சட்டென உச்சம் தொட்டு ஓய்கிறது. அப்புறம் தேன் மழையோ பாடல். பெண் குரலில் இசையே இல்லாமல் வரும் பாடல். அதாவது குரலற்று இசை மட்டும் வரும் பாடல்களின் தலைகீழாக்கம். 96 படத்தின் 'ஏன் ஏதும் கூறாமல்' பாடலில் இசை வரும் முன் ஒலிக்கும் பெண் குரலை நினைவூட்டியது. நிஜமாக ஒரு பெண் அருகே அமர்ந்து பாடும் உணர்வை அளிக்கும் உன்னதப் பாடல்.

பாவி நெஞ்சே பாடலில் குரங்கு கையில் மாலை (மும்பை எக்ஸ்ப்ரஸ்) பாடலின் சாயல்.

80 வயதில் இப்படி ஒரு ரொமான்ஸ் படத்துக்குத் தரமான பாடல்கள். இசை அசுரன்!

★

தாரை தப்பட்டை இளையராஜாவின் 1000வது படம் என்று கணக்கு சொல்லப்பட்டது. அது துல்லியக் கணக்கு அல்ல என்பது தெரிந்ததுதான். அப்படியான மைல் கல் எண்ணிக்கை படங்கள் பெரிய இயக்குநர்கள் பெயரில் எழுதி வைப்பது இளையராஜாவின் வழக்கம் என்பதால் அதை அவர் பாலாவுக்கு அளித்த கௌரவமாகவே பார்க்கிறேன். அந்த ஆண்டுகளில் அவர் உத்தேசமாக ஆயிரம் படங்களைத் நெருங்கியோ கடந்தோ இருக்க வேண்டும். அது 2016ம் ஆண்டு வெளியான படம். அதற்கு வெகு முன்பே அப்படத்துக்கு இசை அமைத்தார் எனக் கொண்டாலும் அதிகபட்சம் ஏழெட்டு ஆண்டுகள். விடுதலை இசை வெளியீட்டு விழாவில் 1500 படங்கள் இசையமைத்து விட்டதாகச் சொல்கிறார். சாத்தியமே இல்லாத எண்ணிக்கை எனத் தோன்றுகிறது. ஒன்று ஆயிரமாவது படம் தாரை தப்பட்டை என்பது தவறு அல்லது இந்த 1500 என்ற எண்ணிக்கை மிகையானது.

என்னைக் கேட்டால் இளையராஜாவின் 1000+ அல்லது 1500+ படங்களையும் பட்டியல் போடுவதையே ஒரு துடிப்பான ஆள் தனி ப்ராஜெக்டாக எடுத்துச் செய்யலாம்.

★★★

# 11.ஞானியும் புயலும்

நான் பன்னிண்டாம் வகுப்பு படித்தபோது எம் பள்ளியில் தமிழாசிரியராக இருந்தவர் இரவி. இன்று அவர் திரைப் பாடலாசிரியர் (நந்தன் படப் பாடல்கள் அவருடையவை). அப்போதே கவிதைகள் எல்லாம் எழுதுவார். மாணவர்களோடு நெருங்கிப் பழகுபவர், ரசிக்கும் படி பேசுபவர். ஒரு முறை வகுப்பில் இளையராஜாவையும் ரஹ்மானையும் ஒப்பிடச் சொல்லிக் கேட்டோம். அவர் யோசித்து விட்டு, வகுப்பே மௌனமனத்தில் விழுந்த போது இப்படிச் சொன்னார் - “புயல் அழிக்கக்கூடியது; ஞானிகள் உருவாக்க கூடியவர்கள்.” வகுப்பில் ஓங்காரமும் கரகோஷம் எழும்பியது. புல்லரிப்புத் தருணம்!

சுமார் கால் நூற்றாண்டு கடந்து விட்டது. மறக்கவே இல்லை. இப்போது இன்னொன்று தோன்றுகிறது: புயல் குறுகிய காலத்தில் காணாமலாகும்; ஞானிகள் நிலைத்து நிற்பர்.

★

ரஹ்மான் இசையமைத்த பாய்ஸ் படத்தில் வரும் வசனம்: “ஒரே நாளில் ஆல்பம் போட முடியாது, ஆப்பம் வேணும்னா போடலாம்.” 20 நிமிடங்களில் சின்னத்தம்பி படத்தின் மொத்த ஆல்பத்தையும் இசையமைத்த இளையராஜா: “என்னம்மா அங்க சத்தம்?”

★

சில ரஹ்மானியர்கள் இளையராஜாவுக்கு எதற்கு இப்போது புதிதாய் ஸ்டூடியோ எனக் கேலி செய்வதாகக் கேள்விப்படுகிறேன். 1992 முதல் இன்று வரை எந்தவொரு நாளை எடுத்தாலும் ரஹ்மானை விட இளையராஜா கைகளில் அதிக படம் இருந்திருக்கிறது.

★

ரஹ்மான் ஓர் இந்தித் தயாரிப்பாளரிடம் தான் ஆசீர்வதித்துக் கை காட்டும் (*endorse*) இன்னொருவர் இசையும் தனது இசையே என்ற பொருளில் "என் பெயருக்குத்தான் பணம் தருகிறீர்கள், இசைக்கு அல்ல" என்று சொன்னதாக இயக்குநர் ராம்கோபால் வர்மா சில காலம் முன் ஒரு பேட்டியில் குறிப்பிட்டிருந்தார். புதுப்புது அர்த்தங்கள் படம் தயாராகியும் இளையராஜாவின் பின்னணி இசை தாமதமாக கே பாலச்சந்தர் அப்படப் பாடல் இசையை வைத்தே பின்னணி இசை சேர்த்து படத்தை வெளியிட்டு விட்டார் என்பார்கள். அப்போது இளையராஜா கேபியுடனான உறவை முறித்துக் கொள்ள சொன்ன காரணம்: "அப்ப உனக்கு என் பெயர்தான் வேண்டும், என் இசை அல்ல?"

இருவருமே இரு எதிரெதிர் துருவங்கள்தாம்!

★

இளையராஜாவுடன் *AR* ரஹ்மான் ஒப்பிடப்படும் போதெல்லாம் எனக்குத் தோன்றுவது ஒன்றுதான் - இதைவிடப் பெரிய கௌரவம் ஒன்று ரஹ்மானுக்குக் கிடைக்குமா என்ன!

ரஹ்மான் மீது எனக்கு ஏன் பிரமிப்பு இல்லை என்றால் நான் எழுத்தை அணுகுவதைப் போல் ஒரு *craft*-ஆகத்தான் அவர் இசையை அணுகுகிறார். முதலில் திட்டமிடுகிறார், தன் கற்பனைப் பரப்பில் துழாவிப் பிடிக்கிறார், மெல்ல மெல்லச் செதுக்குகிறார், அதன் வெவ்வேறு சாத்தியங்களை ஆராய்கிறார், கலைத்து மறுபடி சீரமைக்கிறார், பிசுறுகள் கூடாதென மெனக்கெடுகிறார், பிறகு பூச்சுக்கள் கொண்டு அலங்கரிக்கிறார், இறுதியில் ரசனைக்குரிய ஒரு படைப்பு கிடைத்து விடுகிறது. வைகல் எண்டேர் செய்யும் தச்சன் போல் ஒரு படைப்புக்கு நிறைய நேரம் செலவிடுகிறார். இதன் பின் இருப்பது அவரது சமரசமற்ற அர்ப்பணிப்பும் சிரத்தையான உழைப்பும் நிறைய புத்திசாலித்தனமும். அதாவது இது ஒரு *conscious art making*. இதில் கலை மீதான பிரேமை என்பதுடன் நிறைய சுயமுனைப்பும் கலந்துள்ளது. வலிந்து உருவாக்கப்பட்டது. இதில் வியக்க அதிகமில்லை, ஆனால் நிச்சயம் நம் நன்மதிப்புக்கு உரித்தானது. மாறாக ராஜாவின் இசை என்பது ஊற்று, பிரவாகம், சுயம்பு. கிட்டத்தட்ட ஜெயமோகனின் எழுத்து போல். மலை, வனம், அருவி மாதிரி இளையராஜாவின் இசை

என்பது இயல்பானது, இயற்கையானது. ஒரு நீர் வீழ்ச்சியை நீங்கள் அனுபவிக்க மட்டுமே முடியும்! ஆராய்வதற்கு அதில் ஏதுமில்லை.

முயன்றால் இன்னொரு ரஹ்மான் உருவாக முடியும். ஆனால் ஒரே இளையராஜாதான்.

★

இந்தியாவிலிருந்து ஆஸ்கருக்கு அனுப்பப்பட்ட படங்களில் ராஜா இசையமைத்தவை அதிகமா ரஹ்மானுடையதா எனத் தேடினேன். இருவரும் சமமாய் தலா ஐந்து படங்கள்.

ராஜா: ஸ்வாதிமுத்யம், நாயகன், அஞ்சலி, தேவர் மகன், ஹே ராம்.

ரஹ்மான்: இந்தியன், ஜீன்ஸ், எர்த், லகான், ரங் தே பசந்தி.

ஆனால் இறுதிச்சுற்று வரை முன்னேறியதில் ரஹ்மானின் லகான் மட்டும் இருக்கிறது.

★

இவனுகளுக்கு எப்படிப் புரிய வைக்கறது?

சரி. உங்களுக்கெல்லாம் ரஹ்மான் எப்படியோ, அப்படி ரஹ்மானுக்கு இளையராஜா.

★

ரஹ்மானின் சிறப்பு என்ன?

அவருக்குக் குருவும் தெய்வமும் ஒன்றே!

★

மத்திய அரசு இளையராஜா பெயரில் ஓர் உயரிய இசை விருது உண்டாக்கப்படவேண்டும். திரையிசை, சாஸ்திரிய சங்கீதம், நாட்டுப்புறப் பாடல் அனைத்துக்கும் சேர்த்து தேசிய அளவிலான பெரும் விருது. சினிமாவிற்கு தாதா சாஹேப் பால்கே போல் ஒட்டுமொத்த இந்தியாவின் இசைக்குமான விருது. முதல் விருது ஏஆர் ரஹ்மானுக்கு!

★★★

# 12. இன்று போய் நாளை வா

**நா**ளை நள்ளிரவு அறிவிக்கப்படவிருக்கும் ஆஸ்கர் முடிவுகளை உலகமே எதிர்பார்த்துக் கொண்டிருக்கிறது - முக்கியமாய் நூறு கோடி மக்கட்தொகை கொண்ட இந்த இந்திய தேசம். எல்லாம் "*Slumdog Millionaire*" என்கிற பிரிட்டிஷ் படத்துக்காக மூன்று ஆஸ்கர் விருதுகளுக்கு பரிந்துரைக்கப்பட்டிருக்கும் இசையமைப்பாளர் ஏ.ஆர்.ரஹ்மானுக்காக.

இந்தச் சூழ்நிலையில் நான் சொல்லப்போகும் விஷயம் உங்களுக்கு கசப்பூட்டுவதாய் இருக்கலாம். கடவுள் நம்பிக்கையில்லாத நான் ஏ.ஆர்.ரஹ்மானுக்கு இந்தப்படத்திற்காக ஆஸ்கர் விருது கிடைக்கக்கூடாது எனத் தீவிரமாக வேண்டிக் கொண்டிருக்கிறேன். அதற்கான காரணங்கள் மிக எளிமையானவை: 1) இந்தப்பாடல்களும், பின்னணி இசையும் அவ்வளவு சிறப்பானதாக இல்லை - *Not even it's best of A.R.R.* 2) இந்த விருது இந்தியத் திரைப்பட இசையை தவறான முறையில் உலகிற்கு அறிமுகப்படுத்தக்கூடும்.

உதாரணமாய், டி.ராஜேந்தர் திறமையானவர்தான். ஆனால் "வீராசாமி" படத்திற்காக அவருக்கு சிறந்த நடிகருக்கான தேசிய விருது கொடுக்கப்பட்டிருந்தால் ஒரு தமிழராக நீங்கள் எப்படி உணர்வீர்களோ அதே மனநிலையைத்தான் ஏ.ஆர்.ரஹ்மானுக்கு "*Slumdog Millionaire*"க்காக ஆஸ்கர் கொடுக்கப்பட்டால் ஒரு இந்தியனாக நானும் அடைவேன்.

மற்றபடி ஏ.ஆர்.ரஹ்மானின் மேல் எனக்கு எந்த துவேஷமும் கிடையாது. தவிர இதன் காரணமாக நான் *Slumdog Millionaire* திரைப்படத்தைக் குறைவாக மதிப்பிடவில்லை. படம் மிகப்பிடித்திருந்தது. *Writing (Adapted Screenplay), Cinematography* - இந்த இரண்டு பிரிவுகளிலும் இந்தப்படம் நிச்சயம் ஆஸ்கர் வெல்லும் என உறுதியாக நம்புகிறேன்.

நான் இளையராஜாவின் ரசிகன் என்பது இப்படி எழுதுவதற்கு நிச்சயம் காரணமன்று. இந்தியர் ஒருவர் ஆஸ்கர் வாங்குவது எனக்கும் மிகச்சந்தோஷமான விஷயமே-அதுவும் இசைக்கென வாங்குவதென்றால் அதற்கு ஏ.ஆர்.ரஹ்மானை விட்டால் தற்போதைக்கு வேறு ஆளேயில்லை என்பதையும் எந்தத்தயக்கமுமின்றி ஒப்புக்கொள்கிறேன்.

ஆனால் இந்த முறை வேண்டாம்.

*(பிப்ரவரி 21, 2009)*

★

ஏ.ஆர்.ரஹ்மானுக்கு ஆஸ்கர் கூடாது என்பது பற்றிய எனது கருத்தில் என் மனைவிக்கு சிறிதும் உடன்பாடு இல்லை (அவள் ஒரு தீவிர ஏ.ஆர்.ரஹ்மான் ரசிகை). அந்தப் பதிவை நான் எழுதியதற்குப் பழிவாங்கும் விதமாக கடந்த இரு நாட்களாக உணவில் உப்பும் காரமும் கூடக் குறையப் போட்டு வைக்கிறாள். சம்சாரியின் சங்கடம். அது கிடக்கட்டும்.

ஸ்டார் மூவிஸில் ஆஸ்கர் லைவாக ஒளிபரப்பப்படுவதால் இன்று காலை எல்லா வீட்டு வேலைகளையும் அப்படியே போட்டுவிட்டு ரிமோட்டுடன் டி.வி. முன்னால் அமர்ந்து விட்டாள். நானும் வேறு வழியின்றி அவளுடன் உட்கார்ந்து கவனிக்க ஆரம்பித்தேன். *Slumdog Millionaire*-காக சிறந்த படத்தொகுப்புக்கான விருதைப் பெற்றுக் கொண்ட *Chris Dickens* பேசுகையில், தான் இந்தியாவை மிகவும் நேசிப்பதாகக் குறிப்பிட்டார். உடனே என் மனைவி, “இந்தியாவை எல்லோருக்கும் பிடிக்கிறது, இந்தியர்களைத் தவிர” என்று சொன்னாள். அவள் என்னைத்தான் சொல்கிறாளோ என யோசித்துக் கொண்டிருந்தேன்.

அப்போது *Slumdog Millionaire*க்காக சிறந்த பின்னணி இசைக்கான விருது ரஹ்மானுக்கு அறிவிக்கப்பட்டது. பின்பு அதில் வரும் “*Jai Ho*” பாடலுக்காக மற்றொரு விருது.

நல்ல வேளை. என் மனைவி எனக்கு உப்பும் காரமும் குறைத்துப் போடுகிறாள்.

*(பிப்ரவரி 23, 2009)*

★

இரண்டு ஆஸ்கர் வாங்கிய ஏ.ஆர்.ரஹ்மானுக்கு வாழ்த்துக்கள் - இதை நான் சொல்வது ஒரு கலைஞனாக அல்ல; சக இந்தியனாக மட்டும். *Slumdog Millionaire*க்காக சிறந்த *Sound Mixing*க்கான ஆஸ்கர் விருதைப் பெற்றிருக்கும் இந்தியர் ரெசுல் பூக்குட்டிக்கு பாராட்டு. சிறந்த பாடலுக்கான ஆஸ்கர் விருதை ஏ.ஆர்.ரஹ்மானுடன் சேர்ந்து வாங்கிய இந்தி பாடலாசிரியர் குல்ஸாருக்கு பிரியங்கள். இலங்கைத் தமிழ்ப் பெண்ணான *M.I.A.* (எ) மாதங்கி மாயா அருள்பிரகாசம் நூலிழையில் விருதைத் தவற விட்டது மிக வருத்தமே. நான் சொன்னது போலவே *Adapted Screenplay, Cinematography* பிரிவுகளில் *Slumdog Millionaire* விருது வாங்கியதில் எனக்கு திருப்தி. ஏ.ஆர்.ரஹ்மானுக்கு விரைவில் பாரத ரத்னா அறிவிப்பார்கள் - வெளிநாட்டுக்காரன் பாராட்டினால்தான் நமக்கு சுரணையே வரும்.

*(பிப்ரவரி 23, 2009)*

★

நண்பர் தீவிர இளையராஜா ரசிகர். அவர் இன்றைய உரையாடலில் சொன்னது -

“ஆஸ்கர் மேடையிலேயே ரஹ்மான் இளையராஜாவைப் புகழ்ந்துட்டாரு.”

எனக்கு தூக்கி வாரிப்போட்டது. நான் முழு ஆஸ்கர் நிகழ்ச்சியையும் நேரடி ஒளிபரப்பில் பார்த்திருந்தேன். அப்படி ஒன்றும் ரஹ்மான் சொன்னதாய் எனக்கு நினைவில்லை.

“அப்படியா? என்னங்க சொன்னாரு?”

“எல்லாப் புகழும் இறைவனுக்கே அப்படின்னு சொன்னாருல்ல“

“ஆமாம்”

“அது ஒரு குறியீடு. அது இளையராஜாவைத்தான் குறிக்குது”

“எப்படிங்க?”

“இளையராஜாதானே ராக தேவன்!”

*(பிப்ரவரி 24, 2009)*

★

ஆஸ்கர் விருதின் லாபிக்கு ஏன் இவ்வளவு கவலைப்படுகிறோம்! ரஹ்மான் வாங்கிய போதும் லாபி இருந்தது. லகான் இறுதிப் பட்டியலில் இருந்த போதும் லாபி இருந்தது. ஹாலிவுட் படங்களுக்கும் அப்படித்தான். எப்போதும் அதில் லாபி இருந்த படிதான் இருக்கிறது. அவ்விருதின் நடைமுறையே அதுதான் என்றாகி விட்ட பின், அதைப் பின்பற்றி வாங்குவதில் என்ன தவறு? அதற்கேற்ப அவ்விருதுக்குரிய மதிப்பை நம் மனதில் ஒட்டுமொத்தச் சமூகத்தில் சற்றுத் தாழ்த்திக் கொண்டால் போகிறது.

முதலில் லாபி என்றால் என்ன? எந்தச் சட்டம் மீறிய செயலும் அல்ல. அது ஒரு மார்க்கெட்டிங் சமாச்சாரம் - *focussed & intensive.* அதில் பிரதானமாக இரண்டு விஷயங்கள் செய்வார்கள். ஆஸ்கருக்கு வாக்களிக்கும் உரிமை உள்ள சினிமாக் காரர்களை எப்படியாவது சிறப்புக் காட்சிகள் ஏற்பாடு செய்து படத்தைப் பார்க்கச் செய்வார்கள். அடுத்து படம் பற்றிய நேர்காணல்கள், விளம்பரங்களை அமெரிக்க ஊடகங்களில் தொடர்ந்து வெளி வரச் செய்து படம் பற்றி வாக்களிப்போர் அறியும் படி செய்வார்கள். இது ஒரு மறைமுக அழுத்தம் என்று சொல்லலாம். ஆதித்த கரிகாலன் கொலை வழக்கு நாவல் பற்றி எல்லோரையும் பேச வைத்தால் அப்படி என்னதான் இருக்கிறது என ஆர்வமற்ற மற்றோரையும் வாங்க வைத்து விடுவது போலத்தான் இதுவும். ஆனால் ஆஸ்கர் வாக்களிப்பாளர்கள் (சுமார் பத்தாயிரம் பேர்) மத்தியில் இப்படிப் பரப்புரை செய்வது சிரமமான காரணம். பணம், செல்வாக்கு இரண்டும் அவசியம். அது லஞ்சம் அல்ல. படம் பற்றி நல்ல அபிப்பிராயம் உண்டாக்கும் முயற்சி மட்டுமே. அது போக வேறு எந்த தனிப்பட்ட பரிவர்த்தனைகளும் இருக்காது. இம்முறை அமெரிக்காவில் இருக்கும் தெலுங்குக் காரர்கள் இதற்கு உதவி இருக்கலாம். பாலிவுட் படம் போனால் இந்திக்காரர்கள் லாபிக்கு உதவி செய்வார்கள். (தமிழ்ப் படம் போனால் தமிழர்கள் உதவி செய்ய மாட்டார்கள் என்பது வேறு விஷயம். கபாலி நண்டுக் கதை!)

சொல்லப் போனால் ரஹ்மான் பெற்றதை விட மரகதமணி பெற்றிருக்கும் இந்த ஆஸ்கர் விருது முக்கியமானது. காரணம் இது ஹாலிவுட் / ப்ரிட்டிஷ் படம் அல்ல. சுத்த இந்தியப் படம்.

இது இந்தியப் படங்களுக்கு ஒரு நல்ல சர்வதேச வாசல். அதில் நாம் வெகுஜன படங்களை வைக்கப் போகிறோமா அல்லது கலைப் படங்களையா என்பது நம் கையில்.

அடுத்த பத்தாண்டுகளில் மென்மேலும் இந்தியப் படங்கள் அவ்வப்போது ஆஸ்கர் இறுதிப் பட்டியலில் இடம் பெறும். இந்திய வெகுஜனத்திடையே ஆஸ்கர் என்பது ஒரு பெருங்கனவாக நிலைபெற்று விட்ட சூழலில் ஆஸ்கர் வெற்றிகள் பொதுமக்கள் கொண்டாடும் நிகழ்வாகிப் போகிறது. ஒரு கட்டம் வரை கமல் போன்ற சாதனையாளர்களே தொடர்ந்து ஆஸ்கர் கனவில் இருந்த காலம் இருந்தது என்பதை நாம் மறந்து விடக்கூடாது. நாட்டுக்கூத்தைக் கொண்டாடுவோம்.

*(மார்ச் 13, 2023)*

★★★

# பகுதி – 2

# திரைப்படம்

# 13.சினிமாவில் சுஜாதா

தமிழ் சினிமாவில் பிரபல வசனகர்த்தாக்கள் என யோசித்தால் கலைஞர், அனந்து, சுஜாதா, பாலகுமாரன், க்ரேஸி மோகன், லியாகத் அலிகான், சுபா, எஸ்.ராமகிருஷ்ணன், ஜெயமோகன் ஆகிய பெயர்கள் நினைவுக்கு வருகின்றன. விஜி, பரதன், ஈ.ராம்தாஸ், ரத்னகுமார் போன்ற சில பெயர்களும். (தாம் இயக்கும் / நடிக்கும் படங்களுக்கு வசனம் எழுதும் மணி ரத்னம், கமல் ஹாசன் ஆகியோரை இதில் சேர்க்கவில்லை.)

மேலோட்டமான பிம்பம் சுஜாதாவே மிக வெற்றிகரமான திரை எழுத்தாளர் என்பது. திரை எழுத்தாளர் என்றால் வசனம் எழுதுவது, திரைக்கதையில் பங்களிப்பு செய்வது என வைப்போம். இன்று சுஜாதா இல்லை. அவரது திரைப் பங்களிப்பு பற்றி இரு விதக் கருத்துக்கள் நிலவுகின்றன. ஒன்று அவர் இல்லாததன் தடுமாற்றம் ஷங்கர், மணி ரத்னம் படங்களில் தெளிவாகத் தெரிகிறது என்பது. சுஜாதா அப்படி ஒன்றும் சினிமாவில் சாதிக்கவில்லை, அவரது பங்களிப்பை மிகைப்படுத்துகின்றனர் என்பது மற்றது.

இவ்விரு இயக்குநர்களுக்கும் இன்று சுஜாதாவுக்குப் பதிலாக ஜெயமோகனைப் பயன்படுத்துகிறார்கள் எனும் போது அவரது திரைப் பங்களிப்பையும் இதோடு ஒப்பிட வேண்டியது தவிர்க்க முடியாதது. (தவிர சுஜாதா ஒன்றுமே இல்லை என்று சமீபத்தில் வந்த விமர்சனம் ஜெயமோகனுக்கு நெருக்கமான ஒருவரிடமிருந்து என்பதும் அது அவரை மறைமுகமாக ஆதரித்த வாதம் என்பதாகவே பார்க்க முடியும்.)

முதலில் சுஜாதாவின் திரைப்பங்களிப்பின் வீரியத்தைப் பார்ப்போம். அவரது சினிமா வாழ்வின் முற்பகுதியில் (70கள்,

80கள்) அவரது நாவல்கள் சினிமாவாக்கப்பட்டன. காயத்ரி, ப்ரியா, கரையெல்லாம் செண்பகப்பூ, விக்ரம், பொய் முகங்கள் (காகிதச் சங்கிலி) ஆகியன அவரது நாவலின் தழுவல்கள் (அல்லது சினிமாவுக்காக அவர் எழுதிய நாவல்கள்). இவை பற்றி அவருக்கே நல்லபிப்பிராயம் இல்லை - சினிமா ஆக்குகையில் அவரது எழுத்தைச் சிதைத்திருந்தனர் என்பதால். விக்ரம் மட்டுமே இவற்றில் தேறுகிறது.

சுஜாதாவின் அடுத்த இன்னிங்க்ஸ் 90களில் ஆரம்பிக்கிறது. மணி ரத்னம், ஷங்கர், பாரதிராஜா ஆகிய பெரிய இயக்குநர் படங்களுக்கு வசனம் எழுதியும், திரைக்கதைப் பங்களிப்பும் செய்தது. மணிரத்னத்துக்கு ரோஜா, திருடா திருடா, உயிரே, கன்னத்தில் முத்தமிட்டால், ஆய்த எழுத்து. ஷங்கருக்கு இந்தியன், முதல்வன், பாய்ஸ், அந்நியன், சிவாஜி, எந்திரன். பாரதிராஜாவுக்கு நாடோடித் தென்றல், கண்களால் கைது செய். மற்ற இளம் இயக்குநர்களுக்கு கண்டுகொண்டேன் கண்டுகொண்டேன், கண்ணெதிரே தோன்றினாள், விசில், நிலாக்காலம், உள்ளம் கேட்குமே, உதயா, செல்லமே ஆகியவை.

இவை போக, அவரது பிரிவோம் சந்திப்போம் நாவலைத் தழுவி ஆனந்தத் தாண்டவம் படம் எடுக்கப்பட்டது. (பழைய) நினைத்தாலே இனிக்கும் படத்துக்கு வசனம் எழுதி இருக்கிறார். எஞ்சினியர் என்ற படம் அவர் எழுதி, எடுத்து வெளியாகவில்லை.

ஒட்டமொத்தமாகப் பார்த்தால் இது மிகப் பிரம்மாண்டப் பங்களிப்புதான். குறிப்பாக 90கள் முழுக்கவும் மற்றும் 2000ங்களின் முற்பகுதியிலும் மணிரத்னம் மற்றும் ஷங்கர் படங்களுக்கு உயிர்நாடியாக அவரது எழுத்து இருந்ததை எளிதில் உணர முடிகிறது.

இந்தியன், முதல்வன், பாய்ஸ், அந்நியன், சிவாஜி, ரோஜா, திருடா திருடா, உயிரே, கன்னத்தில் முத்தமிட்டால், ஆய்த எழுத்து ஆகிய பத்து படங்களும் ஒரு வசனகர்த்தா எவ்வளவு தூரம் ஒரு படத்தை உயர்த்த முடியும் என்பதற்கு உதாரணமாக நிற்கின்றன. அவர் தன் அறிவியல், சட்டம் மற்றும் உலக அறிவைப் படத்தின் தேவைக்கேற்பப் பயன்படுத்தியது முன்னுதாரணம் அற்றது. அது படங்களின் நம்பகத்தன்மையைக் கூட்டியது. தவிர, சுருக்கமான வசனங்களின் வழியே மக்களின் அபத்தங்கள் குறித்த கூரிய

அவதானிப்பை முன்வைத்தார். புன்னகைக்கச் செய்யும் சிறந்த பகடிகள் வழி படத்தைச் சுவாரஸ்யமாக்கினார். ஓர் உதாரணம் - சிவாஜி திரைப்படத்தில் சுமனிடம் அமைச்சராகப் பதவியேற்கும் ஹனீஃபா சொல்கிறார்: “நீங்க ஆதிசேஷன்னா நான் அல்சேஷன்.” அவ்வளவுதான். அவர்கள் இடையேயான உறவு சொல்லப்பட்டு விடுகிறது.

இவற்றின் பல வசனங்கள் காலத்தால் அழியாதவை - அதாவது எழுதிப் பல்லாண்டுக்குப் பிறகு இன்றும் மக்கள் மத்தியில் புழக்கத்தில் இருப்பவை. இவை வடிவேலு வசனங்கள் போல் மனதுக்கு நெருக்கமான நகைச்சுவை காரணமாக நம்மிடையே கலந்தவை அல்ல. அவற்றின் துருத்தாத அறிவுஜீவித்தனம் காரணமாக, ஆழம் காரணமாக நம்மைச் சிந்திக்க வைக்கின்றன என்பதால் ஞாபகத்தில் தங்கியவை. எனவே *classics*.

அப்படியாகத் தங்கிய வசனங்கள் சிலவற்றை கலைஞரும் பாலகுமாரனும் எழுதி இருக்கிறார்கள். அவ்வளவுதான். பிரபலமாகச் சொல்லப்படும் இன்னொரு விஷயம் பாலகுமாரனே சுஜாதாவை விட வெற்றிகரமான வசனகர்த்தா என்பது. இதுவும் ஒரு ஃபேன்ஸி ஸ்டேட்மெண்ட்தானே ஒழிய உண்மையல்ல. பாலகுமாரனும் பல நல்ல வசனப் பங்களிப்புகள் செய்திருக்கிறார் - நாயகன், குணா, ஜெண்டில்மேன், பாட்ஷா, சிட்டிசன், காதலன், ரகசிய போலீஸ், ஜீன்ஸ், முகவரி, மன்மதன், புதுப்பேட்டை (இணை வசனம்), சிவசக்தி, உல்லாசம், உயிரிலே கலந்தது, மஜ்னு, காதல் சடுகுடு, ஜனனம், வல்லவன் உள்ளிட்ட 20 படங்கள். இவற்றில் முதல் பத்து படங்களில் அவரது பங்களிப்பைப் பாராட்டலாம். ஆனால் அதுவுமே வசனம் என்ற எல்லைக்குள்தான். அவர் காட்சி அமைப்பில், திரைக்கதையில் பங்களிப்பு செய்திருப்பார் என நம்புவதற்குச் சான்றுகள் இல்லை. எனவே அவரை சினிமாவில் சுஜாதாவுக்கு அடுத்தபடிதான் வைக்க முடிகிறது.

சுஜாதாவுக்குப் பின் வந்த ஜெயமோகனோ, எஸ்.ராமகிருஷ்ணனோ, சுபாவோ இத்தகு *long innings* வசனங்களை நிறைய எழுதி விடவில்லை. இவர்களில் சுபா நேர்த்தியான திரைக்கதைப் பங்களிப்பில் ஒரு படி மேலே போய் மிளிர்ந்தார்(கள்). எஸ்.ரா.வின் குறிப்பிடத்தக்க பங்களிப்பு என உன்னாலே உன்னாலேவை மட்டுமே சொல்ல முடியும்.

ஜெயமோகன் முதன்மை இயக்குநர்களின் வசனகார்த்தாவாகத் தொடர்வதில் (அவர் எழுதிய படங்களின் வெற்றி / தோல்வி தாண்டி) அவர் படத்தின் காட்சிகளுக்கு நல்ல தரமான உள்ளீடுகள் வழங்குவார் எனத் தெரிகிறது. குறிப்பாக அவரது வரலாற்று, கலாசார அறிவு மற்றும் பரந்துபட்ட அனுபவங்களை சினிமாவின் தேவைக்கேற்ப அவர் அளிக்கிறார் என ஊகிக்க முடிகிறது. அதனாலேயே ஓர் அறிவுச் சுரங்கம் என்ற அளவில் அவர் இயக்குநர்களுக்குப் பிரியமாக இருக்கிறார். எனவே தமிழ் சினிமாவில் அதிகம் சம்பாதித்த எழுத்தாளராக அவரே இருப்பார் என்பதை மறுக்கவில்லை.

மற்றபடி அவர் பங்களித்த 2.0, பொ.செ., இந்தியன்-2 எனப் பல படங்களில் அவரது வசனம் அல்லது திரைக்கதை என எதையும் தனித்துவமாகக் குறிப்பிட்டுச் சொல்ல முடியவில்லை. நினைவில் நிற்கும் அவரது வசனம் என்றால் அங்காடித் தெருவில் வரும் “யானை வாழும் காட்டில்தான் எறும்பும் வாழ்கிறது“, “நெருப்புல ஏதுடா சுத்தம், அசுத்தம்“ போன்ற சிலவற்றை மட்டுமே சொல்ல முடிகிறது. எனவே மக்கள் மத்தியில் செல்வாக்கான வசனகர்த்தா என ஜெயமோகனைச் சொல்ல முடியவில்லை.

சுஜாதா சட்ட விஷயங்களை முதல்வனில் கையாண்டிருந்த முறைக்கும் ஜெயமோகன் சர்காரில் அதே விஷயத்தைச் செய்திருந்திருந்ததற்கும்தான் எவ்வளவு வித்தியாசம்! முதல்வனில் அக்காட்சிகளின் எளிமையும் துல்லியமும் சுவாரஸ்யமும்தான் மேதமை.

சுஜாதா, ஜெயமோகன் இருவரின் பொருட்டும் திரையரங்கு வந்தோர் குறைவாகவே இருப்பர். ஆனால் படத்தைத் தரமுயர்த்தி மக்கள் மத்தியில் பிரபலமாக்கும், நிலைத்து நிற்கும் வகையில் *output* தந்ததில் சந்தேகமின்றி சுஜாதாவே முன் நிற்கிறார்.

இலக்கியம் எழுதுவதும் சினிமாவுக்கு எழுதுவதும் முற்றிலும் வெவ்வேறு திறமைகள். யோசித்தால் தமிழ் சினிமாவில் சுஜாதாவிற்கு இணையான வசனகர்த்தா அவருக்கு முன்பும் பின்பும் தோன்றவே இல்லை என்பதுதான் என் தாழ்மையான அபிப்பிராயம்.

*(நவம்பர் 3, 2024)*

★★★

# 14.கமல் கற்பு

கமல் ஹாசன் எழுதிய அத்தனை திரைக்கதைகளுக்கும் வசனங்களுக்கும் நான் பெரிய ரசிகன். பல நுட்பமான இடங்கள் அவற்றில் உண்டு. நல்ல எழுத்தாளன் மட்டுமே சென்றடையக்கூடிய இடங்கள். அவற்றில் பல ரீமேக் அல்லது *inspired* என்பது தாண்டி அவரது தனித்த முத்திரை இருந்தது என்பதே என் புரிதல். குருதிப்புனல் பார்த்து விட்டு அதன் அசல் பதிப்பான *Drohkaal*-ன் இயக்குநரான கோவிந்த் நிஹலானியே *"The remake which is original"* என்று சொல்லி இருக்கிறார். படம் தாண்டி கமல் ஹாசனின் பல நேர்காணல்களும் அவரது மேதமையை உறுதி செய்தன. அவரது நடிப்பும் நிறைய இஷ்டம் என்றாலும் அவர் புத்திசாலித்தனம் இன்னும் அதிகமாய்ப் பிடிக்கும். அவ்வளவு பிரமாதமான எழுத்தும் சிந்தனையும் கொண்டவர் என்ற அபிப்பிராயமே கமல் ஹாசன் மீது கடந்த சில ஆண்டுகள் முன்பு வரைக்கும் கூட எனக்குத் தீவிரமாகவே இருந்தது.

நம் சூழலில் அறிவுஜீவி பிம்பம் பெற இரு மார்க்கங்களைப் பின்பற்றுவார்கள்: கமல் ஹாசன் ரசிகன் என்று சொல்லிக் கொள்ளல், கமலைக் கடுமையாக விமர்சித்தல்.

ஆனால் சமீப ஆண்டுகளில் தினமும் விதவிதமாய் உளறி அதைச் சல்லிசல்லியாய் அவரே உடைத்துக் கொண்டிருக்கிறார். அதில் தினம் புதிய உச்சங்கள் தொடுகிறார். கமல் ஹாசனின் கால் நூற்றாண்டு காலத் தீவிர வெறியனாக உள வேதனையுடன் சொல்கிறேன் - கண் முன்னே ஓர் ஆளுமையின் மரணம் நிகழ்ந்து கொண்டிருக்கிறது.

இன்று கமலுக்கும் எனக்கும் பெரிதாய்ப் பொதுவான விஷயங்கள் ஏதுமில்லை. அவர் மீதான பிரமிப்பு விழுந்துவிட்டது. பெரும்

ஏமாற்றத்தைத் தந்தவராகி விட்டார்.

அவரது சினிமாச் சாதனைகள் அவரது அரசியல் அக்கப்போர்களால் இல்லாமல் ஆகி விடாதுதான். ஆனால் திரைக்கதை - வசனத்தில் அவர் நிகழ்த்திய அற்புதங்கள் நிஜமாகவே அவரே செய்தவை தானா என்கிற ஒரு சீரியஸான சந்தேகம் மெல்ல மெல்ல மனதில் எழுந்து கொண்டிருக்கிறது, அவரது ஆஃபாயில்தனங்கள், கோழைத்தனங்கள், சந்தர்ப்பவாதங்கள் காண்கையில். இரண்டையும் பிரித்துப் பார்ப்பது சிரமம்.

விருப்பு நீங்குவதாய் இருந்தால், அது எப்போதும் வெறுப்புக்கே மாறும், இரண்டுக்கும் இடையே மய்யத்தில் நில்லாது. இப்போது கமல் விஷயத்தில் எனக்கு நடப்பது அதுவே.

எப்படி இருந்தாலும் சுமார் கால் நூற்றாண்டு காலம் கமல் ஹாசன் என் ஆதர்ச சினிமாக்காரராக இருந்தார், என் தினசரிகளில் நிரம்பி இருந்தார். சில சமயம் வழிகாட்டியாகவும் ஆசானாகவும் கூட இருந்திருக்கிறார். பிறந்த நாள் வாழ்த்து!

(நவம்பர் 7, 2020)

★

கமல் உளப்பூர்வமாக ஊழலே தமிழகத்தின் பிரதானப் பிரச்சனை என நம்புகிறாரா? இல்லை என்பதே என்னுடைய புரிதல். அவர் தான் சார்ந்த உயர்குடி, உயர் சாதியின் பெரும்பான்மை போல் குறுகிய அறிவுடையவர் அல்ல. ஓரளவு விஷய ஞானமுடையவர்.

இந்தியாவில் பெரும் பிரச்சனை மதவாதம் எனப் புரிந்தவர் (உதா: ஹே ராம், உன்னைப் போல் ஒருவன்). சாதியே தமிழகத்தின் பிரதானப் பிரச்சனை என உணர்ந்தவர் (உதா: தேவர் மகன், விருமாண்டி). அதே கமல் ஊழலை எதிர்த்துத் தன் ஐம்பதாண்டு சினிமா வாழ்வில் ஒரு படமேனும் எடுத்திருக்கிறாரா? (இந்தியன் கூட அரசு ஊழியர்களையே குற்றவாளி ஆக்கியது. அதுவும் அவர் எழுதிய படமல்ல. சத்யாவும் நேரடி ஊழல் எதிர்ப்பு என்று சொல்ல முடியாது. வேலையில்லாத் திண்டாட்டம்தான் மையம்.)

ஆக, கமலுக்கு எது அசல் பிரச்சனை என்று நன்றாகவே தெரியும். ஆனால் இந்த இரு பிரச்சனைகளையும் ஏற்கனவே வலுவாய்

எதிர்த்துக் கொண்டு திமுக களத்தில் இருக்கிறது. அதனால் கமல் பேசினால் எடுபடாது. ஆக, திமுகவையும் சேர்த்து எதிர்க்கும் ஒரு காரணத்தையே அவர் முன்வைக்க வேண்டும். அதனால் வலிந்து ஊழலே பிரதானப் பிரச்சனை என்று சொல்கிறார். அது அவருக்கு இருக்கும் நேர்மையாளன் (வருமான வரி உள்ளிட்ட விஷயங்கள்) என்ற பிம்பத்துக்கும் பொருந்துகிறது என்பதால் அதைப் பிடித்துக் கொண்டார். அதாவது மக்களுக்குத் தேவையான மருந்து என்ன என்பதை மறுதலித்து தன்னிடம் மக்களை வர வைக்க வேறொரு சிறிய நோயை ஊதிப்பெருக்கிக் காட்டி தன் கைவசமிருக்கும் மருந்தை மனசாட்சியின்றி விற்க முனைகிறார்.

போலவே அவருக்கு ஐம்பதாண்டு திராவிட ஆட்சியில் நடந்த நல்ல விஷயங்களும் தெரியும். எம்ஜிஆர் அப்படி ஒன்றும் ஆளுமை அல்ல என்பதும் தெரியும். ஆனால் தனக்குச் சாதகம் எது எனப் பார்த்து நேர்மைக்கு விரோதமாய் இதெல்லாம் பேசுகிறார். அரசியலுக்கு வருவதற்கு முன் சினிமாவிலோ பேச்சிலோ மறைமுகமாகவேனும் திராவிட ஆட்சியை விமர்சனம் செய்திருக்கிறாரா? எம்ஜிஆரை, கலாமை விதாந்தோதி இருக்கிறாரா? பச்சை சந்தர்ப்பவாதம். இதைத்தான் அன்றே படித்தவன் சூதும் வாதும் செய்வான் என்றான் பாரதி. கமல் அவ்வகையில் ஓர் அரசியல் விஷம்.

*(மார்ச் 20, 2021)*

★

ஒரு காலத்தில் கமல் பேச்சுக்குத் தீவிர ரசிகன் நான். ஒரு காலத்தில் என்றால் ஐந்தாறு ஆண்டுகள் முன்பு வரை கூட. *1995* தொடங்கி இருபது ஆண்டுகளுக்கு மேலாக அவரது பேட்டிகள், உரைகள் உள்ளிட்டவற்றை காத்திருந்தும் தேடியும் கேட்டு மிக ரசித்துக் கொண்டாடி இருக்கிறேன். இன்னும் சொன்னால் தமிழகத்தின் எந்த அரசியல் தலைவரை விடவும், நட்சத்திரப் பேச்சாளரை விடவும், எழுத்தாளரை விடவும் அவரது பேச்சு சுவாரஸ்யமானதாகவும் சரியானதாகவும் நுட்பமானதாகவும் இருக்கும். இந்த மூன்றும் ஒரு சேர ஒரு பேச்சில் கூடுவது சாதாரண விஷயமல்ல. கமல் பேசுவதே புரியவில்லை என்றும் உளறுகிறார் என்றும் தமிழகத்தின் பெரும்பான்மை மொண்ணைகள் பலரும் பரவலாகக் குற்றம் சொல்லியும் நகைச்சுவை செய்தும் கொண்டிருந்தபோது அவரது

பேச்சின் நிகரற்ற தெளிவையும் ஆழத்தையும் கண்டு உள்ளபடியே வியந்திருக்கிறேன். நடிப்பு, திரைக்கதை, இயக்கம் என்பதெல்லாம் தாண்டி என் 'நாயகன்' ஆக கமல் இருக்க அவரது பேச்சும் மிக முக்கியமானதொரு காரணம்.

ஆனால் கடந்த சில ஆண்டுகளாக அதே கமலின் பேச்சு நிஜமாகவே உளறலாக மாறி விட்டது. அதன் உச்சம் விக்ரம் வெற்றிக்குப் பின் ஊர் ஊராகப் போய் அவர் புலம்பிக் கொண்டிருப்பது. இதை வயோதிகத்தின் பக்க விளைவு என்றும் அரசியல் வீழ்ச்சியின் பாதிப்பு என்றும் புரிந்து கொள்கிறேன். அதனால் இதில் குறை சொல்லவோ வருத்தம் கொள்ளவோ ஒன்றுமில்லை. கமலின் மனம் நிதானம் அடைந்து நிம்மதி கொள்ளட்டும்.

நாயகன், இந்தியன் மாதிரி ஆகச் சிறந்த திரைக்கதைகளில் நாயகனாக நடித்தவர். குருதிப்புனல் கமல், ஹே ராம், விருமாண்டி, அபூர்வ சகோதரர்கள், தேவர் மகன், மகாநதி, தசாவதாரம், குணா, ராஜ பார்வை, இந்திரன் சந்திரன், சத்யா, மைக்கேல் மதன காமராஜன், விஸ்வரூபம், (பழைய) விக்ரம், ஆளவந்தான், அன்பே சிவம், பஞ்ச தந்திரம், காதலா காதலா என இருபதுக்கும் மேற்பட்ட தரமான திரைக்கதைகளைத் தன் கைப்பட எழுதியவர். அப்படியானவர் சகலகலா வல்லவன், காக்கிச் சட்டை, சூர சம்ஹாரம் போல் ஒரு சாதாரண மசாலாப் படத்தை (ஆனால் அவற்றை விடச் சுமாரான திரைக்கதையை) பட்டிக்காட்டான் மிட்டாய்க் கடை கண்டது போல் சிலாகித்துக் கொண்டிருக்கிறார்.

(ஜூன் 15, 2022)

★

1995ல் குருதிப்புனல் படம் மூலம்தான் கமல் ரசிகனானேன். அதுவரை நான் ரஜினி ரசிகன். அதுவும் அதே ஆண்டின் ஆரம்பத்தில் வந்த பாட்ஷாவை அவ்வயதிலேயே இரு முறை தியேட்டரில் காணுமளவு தீவிரமான ரசிகனாக இருந்தும் இந்தப் படத்தில் மனம் திருந்தி, கட்சி தாவினேன் - அதற்கு 11 வயதிலேயே வாய்த்த என் தேர்ந்த ரசனைக்குத்தான் நன்றி நவில வேண்டும். அதிலிருந்து விஸ்வரூபம் வரை இருபது ஆண்டுகளுக்கு மேலாக கமல் வெறியன் *(not just a fan; but fanatic).*

படத்திலும் சரி, வெளியேவும் சரி - தமிழ் சினிமாவின் ஆகத் தெளிவான, நேர்மையான கலைஞன் என்றே கமலை வரித்திருந்தேன் - அது உண்மையும் கூட. மதச் சார்பு, சாதி வெறி என்று அவர் மீது எழுந்த குற்றச்சாட்டுகள் எதையும் இது வரை பொருட்படுத்தியது இல்லை. என் சிறந்த தமிழ்ப் படங்களின் பட்டியலில் கடந்த இருபதாண்டுகளாக முதல் நான்கு இடங்கள் மாறவே இல்லை - நாயகன், குருதிப்புனல், ஹே ராம் மற்றும் இந்தியன். நான்கும் அவர் நடித்தது, இரண்டு அவர் எழுதியது, ஒன்று அவர் இயக்கியது.

என் வாழ்க்கையின் ஒரு பகுதியாகவே அந்த இருபது ஆண்டுகளும் இருந்தார். தினசரிகளில் அவர் பற்றிய ஒரு பேச்சேனும் வராமல் கடந்திருக்காது. நானும் ஒரு கலைஞன் என்ற அடிப்படையில் என் ஆதர்சமாகவே திகழ்ந்தார். *"When people ask me if I went to film school, I tell them, No, I went to films."* என்று க்வெண்டின் டரண்டினோ சொல்லி இருக்கிறார். அவ்வழியில் யோசித்தால் இன்று நான் சினிமாவில் எழுத்துப் பங்களிப்பு செய்வதில் கமல் ஹாசனின் திரைக்கதைகளில் கற்றவை கணிசம்.

இந்திய சினிமாவில் நிகழ்ந்த அற்புதம் அவர். இந்தியாவின் ஆகச் சிறந்த நடிகர். அதோடு இயக்கம், எழுத்து (திரைக்கதை - வசனம்), பின்னணிப் பாடல் என்று சினிமாவில் அவர் இறங்கிய சகல துறைகளிலும் தனித்த முத்திரை. சினிமாவில் அவருக்கு நிகரே இல்லை, முன்னுதாரணமும் இல்லை. ரஜினி அவருக்குப் போட்டி, தனுஷ் அவரை மிஞ்சி விட்டார் என்று நாம் வெட்கமே இல்லாமல் புளிப்பு நகைச்சுவை செய்து கொண்டிருக்கிறோம். சாதனைகள் முறியடிக்கத்தான் என்பார்கள். சினிமாவில் அவர் நிகழ்த்தியுள்ள சாதனைகளை முறியடிக்கவே முடியாது என்றே நம்புகிறேன்.

இத்தனை மரியாதையோடு இதையும் சொல்கிறேன் - ஆண்டுக்கு ஆண்டு கமல் ஹாசன் மீதான ஏமாற்றம் கூடிக் கொண்டேதான் போகிறது. சினிமா, அரசியல், பிக் பாஸ் என்று அதற்குக் காரணங்கள் அதிகரித்தபடி இருக்கின்றன. அவரது அறியாமை, அசட்டுத்தனம், வேலைகளில் அலட்சியம், நேர்மையின்மை, உளறலான பேச்சுகள், அரசியல் பல்டிகள், அவரது உயரத்துக்குப் பொருத்தமற்ற மலினமான சினிமாக்கள், அதன் வணிக

வெற்றிகளில் புளகாங்கிதம் அடைவது என அவ்வப்போது அவரது குறைகள் *expose* ஆகின்றன. இந்தியன்-2, *Thug Life* இரண்டு அறிமுக வீடியோக்களும் என்னைக் கொஞ்சமும் *excite* செய்யவில்லை என்பதை ஜீரணிக்கவே இயலவில்லை.

மாறாக, மனசாட்சி இன்றி, கண் மூடித்தனமாக இந்த வீழ்ச்சியையும் சிறப்பு எனக் கூசாமல் போற்றுவதற்குப் பதிலாக நான் பாமரத்தனமான ரஜினி, விஜய், அஜீத் ரசிகனாகவே இருந்திருக்கலாமே! எதற்குக் கமல் ரசிகன் என்ற பெருமிதம்? அப்படிச் செய்பவர்கள் ஒன்று பொய் சொல்கிறார்கள், அல்லது மனதாரச் சொல்கிறார்கள் எனில் கமல் ரசிகனாகவே இருக்கத் தகுதியற்றோர் என்றுதான் சொல்வேன்.

கமல் ரசிகர்களில் அவர் ஒரு கலைஞன் என்பதை உணரும் நுண்புலனற்றோர் மட்டுமே அவரது அரசியல் இருப்பை இன்னும் ஆதரிக்கிறார்கள். அவர்கள் சகலகலா வல்லவன் பார்த்து கமல் ரசிகர் ஆனவர்களாக இருக்கக்கூடும். இன்னமும்கூட அதுவே கமலின் ஆகச்சிறந்த படமெனவும் நம்பிக் கொண்டிருப்பார்கள். ஹே ராம் படத்தை 'என்ன இழவுடா இது!' என்று மனதுள் முணுமுணுத்துக் கொண்டேதான் பார்த்திருப்பார்கள்.

கொஞ்சம் குருவியளவு மூளை இருந்தால் கூட சரத்குமாரை விட கமலை அரசியலில் ஆதரிப்பது எவ்விதத்திலாவது மேலானதா என்ற எளிய பகுத்தறிவுக் கேள்விக்கு விடை காண முயன்றிருப்பார்கள். இம்மாதிரி திறனற்ற ஒருவரை அரசியலில் ஆதரிப்பதற்கு எதற்குக் கமல் ரசிகராக இருக்க வேண்டும்? கமல் ரசிகர் என்பதே மந்தையிலிருந்து விலகி மேலான ஒரு விஷயத்தையே ஏற்பேன் என்ற திமிர்தான். சராசரிகளை ஏற்பதாக இருந்தால் வெற்றிக்குப் பின்னோடும் மற்ற நடிகர்களின் ரசிகர்களாக இருந்திருக்க மாட்டோமா? ஒரு விஜய் ரசிகனோ அஜீத் ரசிகனோ அந்நடிகர்களின் படம் எப்படி இருந்தாலும் நன்றாக இருக்கிறது எனக்கூறும் விசிலடிச்சான் குஞ்சு மனப்பான்மையே கமல் அரசியலில் எப்படி இருந்தாலும் ஆதரிப்போம் என்பதும். வெட்கக்கேடு!

எல்லாவற்றுக்கும் *expiry* உண்டு என்ற அடிப்படையில் கமல் தன் உச்சபட்ச படைப்புத் திறன் காலத்தில் இருந்து கீழிறங்க

ஆரம்பித்துவிட்டார் என்ற யதார்த்தத்தை ஒரு ரசிகனாக நான் ஏற்றுக் கொண்டுதான் ஆக வேண்டும் எனத் தோன்றுகிறது. “இனி வாழ்க்கை முன்ன மாதிரி இருக்கப் போறதில்ல” என்ற புகையிலை எச்சரிக்கை விளம்பரப் பட வசனம்தான் நினைவுக்கு வருகிறது. நாயகன் மீண்டு வரப் போவதில்லை என்ற குரூர யதார்த்தம் ஒரு தனிப்பட்ட இழப்பு. அது தரும் ரணம் சாதாரணமானதல்ல.

அவரது இடம் அவருக்குத்தான். வேறெவரும் நிரப்ப முடியாது - சினிமா வரலாற்றிலும் சரி, என் மனதிலும் சரி. விஜய் ரசிகன் என்று இங்கே நான் கேலி செய்யப்படும் போது எனக்கு எழுவது குற்றவுணர்வுதான் - இன்னொருவருடன் இணைத்துப் பேசும் போது இணையை எண்ணி எழுவது போல் ஒரு விசுவாச உணர்வு. அந்தளவு நான் “கமல் கற்பு“ கொண்டவன் - என் மனதில் அவர் இருந்த இடம் வெற்றிடமாகவே என்றும் இருக்கும்.

*(நவம்பர் 7, 2023)*

★★★

# 15.தாதா ரஜினி

*ர*ஜினிகாந்துக்கு பத்ம விபூஷண் கொடுத்திருப்பது பிஜேபி அரசின் அட்சர சுத்தமான, தயக்கமற்ற வெளிப்படையான அரசியல் நடவடிக்கை. அவருக்கு பத்மபூஷண் தரப்பட்ட 2000ம் ஆண்டிலிருந்து இன்று வரையிலான 15 ஆண்டுகளில் அவர் 1) கலாப்பூர்வமாகவும் ஏதும் சாதிக்கவில்லை 2) பெரிய அளவில் மக்களை மகிழ்விக்கும் ஜனரஞ்சகப் படங்களும் ஏதும் கொடுக்கவில்லை 3) சமூகப் பணி எதிலும் ஈடுபடவில்லை. (முன்பு கொடுக்கப்பட்ட பத்ம பூஷண் முதல் வகையில் ஓரளவும், இரண்டாம் வகையில் மிக உச்சமாகவும் அப்போது வரை அவர் சாதித்திருந்ததே காரணம். அது ஏற்புடையதே.)

எனில் அவரை பிஜேபிக்கு இழுத்துப் போடும் ரொட்டித் துண்டுதான் (அல்லது தேங்காய்ப் பத்தை) இவ்விருது. இதை அவர் ரசிகர்கள் ஒப்புக் கொள்ள வாய்ப்பில்லை என்றாலும் அவராவது புரிந்து / உணர்ந்து கொள்ள வேண்டும். வெளிப்படையாகச் அதைச் சொல்லி விருதை மறுக்க வேண்டும். ஆனால் அவர் செய்ய மாட்டார்.

இந்துத்துவர்கள் இதற்கு சப்பைக்கட்டு கட்ட அவரை கலாபுருஷனாக இனிச் சித்தரிப்பர் என்பதுதான் பரிதாபமாக இருக்கிறது. பத்ம விருதுகள் என்பவை மத்திய அரசின் கலைமாமணி என்ற கருத்து மேலும் வலுக்கிறது. பாவம், சேத்தன் பகத்துக்கும், ஜோ டி க்ரூஸுக்கும் ஏன் பத்மஸ்ரீ தரப்படவில்லை? அடுத்த பேட்ச்சில் வருமாக இருக்கும்!

“விருதை அளிப்பது அரசு அல்ல. அரசு பிரதிநிதித்துவப்படுத்தும் தேசம்.” என்று சொல்லி இதை எல்லாம் லேசில் கடந்து போக முடியுமா? யாருடைய தேசம் அது? அதில் நீங்களும் நானும்

இருக்கிறோமா? எனில், இதன் பொருட்டு நாம் வெட்கப்பட வேண்டாமா?

*(ஜனவரி 26, 2016)*

★

ரஜினிக்கு தாதா சாஹேப் பால்கே கொடுத்து அந்த விருதையே கேலிக்கூத்து ஆக்கியிருக்கின்றனர். நேற்று இதைக் கேள்விப்பட்டதிலிருந்து ஜீரணிக்கவே முடியவில்லை. நானும் விளையாட்டாக ஏதாவது எழுதி இதைக் கடந்து விடலாம் என்றுதான் தொடர்ந்து முயன்றேன். ஆனால் முடியவில்லை.

இந்த விருதின் மூலம் ஒட்டுமொத்தத் திரைக் கலைஞர்களையும் இந்த இந்திய ஒன்றிய அரசு அவமானப்படுத்தி இருக்கிறது. இனி இவ்விருது இளையராஜா, கமல் ஹாசன், மணி ரத்னம், ஏ.ஆர் ரஹ்மான், மிஷ்கின் என யாருக்குக் கொடுக்கப்பட்டாலும் அவர்கள் மனதில் ஓர் உறுத்தலுடன்தானே வாங்க முடியும்? நாமும் நமுட்டுச் சிரிப்புடன்தானே அச்செய்திகளை எதிர்கொள்வோம். ராஜேஷ் குமாருக்கோ, ரமணிச்சந்திரனுக்கோ ஞான பீடம் வழங்கிய பின் அவ்விருதை கி.ரா.வுக்கும் ஜெயமோகனுக்கும் தர முடியுமா!

தாதா சாஹேப் பால்கேதான் இன்று ஓர் இந்தியச் சினிமாக்கலைஞன் பெற முடிந்த ஆக உச்சமான அங்கீகாரம். கிட்டத்தட்ட பத்து தேசிய விருதுகள் பெற்றதற்குச் சமம். அதைப் பெறுவதன் மூலம் உண்மையில் ஒருவர் வரலாற்றில் இடம்பெறுகிறார். பால்கே விருது எதற்குக் கொடுக்கப்படுகிறது? "*outstanding contribution to the growth and development of Indian cinema*" என்று அரசு சொல்கிறது. அதாவது இந்தியா சினிமாவின் வளர்ச்சிக்கும் முன்னேற்றத்துக்கும் மிகச் சிறப்பான பங்களிப்பு செய்தோருக்குத் தருகிறார்கள்.

ரஜினி அப்படி என்ன இந்திய சினிமாவுக்குச் செய்திருக்கிறார்? தொடர்ந்து மசாலா சினிமா எடுத்து ஹிட் கொடுத்து தயாரிப்பாளர்களைக் குஷிப்படுத்தியதா? இது நிஜத்தில் தமிழ் சினிமாவைப் பின்னுக்கிழுக்கும் வேலை இல்லையா? வெட்கமே இல்லாமல் இதை எப்படி 'சினிமாவை வளர்த்தது' என்கிறார்கள்?

தமிழ் / இந்தியப் படங்களுக்கு சர்வதேசச் சந்தையை அளித்தது

ரஜினியின் பங்கு என்று சிலர் சொல்கிறார்கள். அதில் ரஜினியும் ஒரு பங்கு ஆற்றினார் அவ்வளவுதான். ஷங்கர், அமீர் கான், ராஜ்குமார் ஹிரானி, ராஜமௌலி எனப் பலர் அதற்கு ரஜினியை விட ஏராளப் பங்களிப்பு செய்திருக்கிறார்கள். கேஜிஎஃப் வெற்றியில் யஷ்ஷின் பங்கு எவ்வளவோ அதேதான் எந்திரன், 2.0 வெற்றியில் ரஜினியின் பங்கு. ஆஸ்கருக்கு தமிழ்ப் படங்களை எடுத்துப் போனதில் தொடர்ச்சியான பங்களிப்பு கமலுக்கு உண்டு. அமீர் கான் ஆஸ்கர் / அசுதோஷ் கோவரிக்கர் இறுதிப் பட்டியலுக்கு ஓர் இந்தியப் படத்தை எடுத்துப் போனார். ஏஆர் ரஹ்மான் வாங்கிக் காட்டினார். இவர்களை எல்லாம் விட ரஜினியின் சர்வதேசப் பங்களிப்பு பெரிதா?

வசூல் சக்ரவர்த்தி என்பதைத்தாண்டி ரஜியின் பங்களிப்பு சினிமாவுக்கு ஒன்றுமே இல்லை. அதிலுமே சுமார் இருபதாண்டு சொந்தப் படங்கள் எடுத்து அப்பணத்தைத்தானே எடுத்துக் கொண்டார். ரஜினி ஏதாவது பரிசோதனை சினிமா முயற்சிகளுக்குக் கை கொடுத்திருக்கிறாரா? சினிமாவில் சம்பாதித்ததைத் திரும்ப அதிலேயே போட்டு சின்ன பட்ஜெட்டில் நல்ல படங்கள் எடுத்திருக்கிறாரா? திறமையான இளம் இயக்குநர்களை ஊக்குவித்தாரா? (பா. ரஞ்சித் என்ற விதிவிலக்கு தவிர) எதுவுமே இல்லை. ரஜினி ஒரு சினிமா வியாபாரி மட்டுமே.

அமிதாப்புக்குக் கொடுத்ததை ஒப்பிட முடியாது. அவர் கடந்த இருபதாண்டுகளில் தன்னை ஒரு நல்ல நடிகன் என்றும் நிரூபித்து விட்டார். ஏராள தேசிய விருதுகள். தவிர, அவர் பங்களித்த படங்களில் பல முக்கிய சினிமா முயற்சிகள். வெறும் மசாலா சினிமாக்கள் அல்ல. வசூல் என்பதை மட்டும் கணக்கில் கொண்டால் விஜய்க்கும் அஜீத்துக்கும் இன்னும் நான்கைந்து ஆண்டுகளில் தாதா சாஹேப் பால்கே விருது தர வேண்டியிருக்கும். கேட்கவே எவ்வளவு நாராசமாய் இருக்கிறது என யோசியுங்கள்.

ரஜினி நல்ல நடிகர்தான் மறுக்கவில்லை. காலா முதல் பல உதாரணங்கள் உண்டு. ஆனால் அவர் இந்தியாவின் ஆகச் சிறந்த நடிகரில்லை. மோகன் லால், கமல், மம்முட்டி, நானா படேகர், நஸ்ருதீன் ஷா முதல் சமீப கால நவாஸுதீன் ஸித்திக்கி, ராதிகா ஆப்தே வரை ஏராள நடிகர்கள் உண்டு. ரஜினி அவர்களுக்கு

எல்லாம் பின்னால்தான் வருவார். ஆக, அந்த வகையிலும் அவருக்குத் தர முடியாது.

நான் அன்றும், இன்றும், என்றும் ரஜினி ரசிகன். கடந்த இருபதாண்டுகளுக்கு மேலாக வெளியான ரஜினி படங்கள் அத்தனையும் முதல் நாள் பார்த்தவன். இனியும் அப்படியே. அவர் பிரமாதமான எண்டர்டெய்னர் என்பதில் சந்தேகமில்லை. ஆனால் இவ்விருது "வெறும்" *entertainer*-களுக்கானதல்ல. எனக்கு அனு ஸிதாராவைப் பிடிக்கும், ஆனால் நாளை அவரது ரசிகர் யாராவது நடுவண் அரசில் செல்வாக்கு மிக்க பதவியில் அமர்ந்து அவருக்கு பாரத ரத்னா விருது வாங்கிக் கொடுத்தால் அதை முதலில் எதிர்ப்பவன் நான்தான். அது விருதை நீர்த்துப் போகச் செய்யும். நமக்குப் பிடித்தவர் என்பதால் தகுதியற்ற ஒருவருக்கு ஓர் உயரிய விருதை அளிப்பதற்கு மகிழ்வதும் வேடிக்கை பார்ப்பதும் அவரைவிடத் தகுதியானோரையும் அவ்விருதையும் செருப்பால் அடிப்பதற்குச் சமானம். அதைச் செய்ய வெட்க வேண்டும்.

இது ஓர் அரசியல் உள்நோக்கம் கொண்ட அறிவிப்பு என்பதைச் சொல்ல பெரிய அறிவொன்றும் அவசியமில்லை. தகுதியை விடுங்கள், தகுதியற்ற பலருக்கு விருது கிடைத்துக் கொண்டே இருக்கிறது. அரசியல் பிச்சை என்ற காரணத்திற்காகவே இதை வாங்க ரஜினிக்குக் கூச வேண்டும். ஆனால் மறுக்க மாட்டார். அவர் வரலாறு அப்படி.

இந்திய சினிமா வரலாற்றின் கறை ரஜினிக்கு இவ்விருதைக் கொடுப்பது. மிகத் தவறான முன்னுதாரணம். அரசியலுக்காக எவ்வளவு கீழ்மைக்குக் இந்தக் கேடுகெட்ட சங்கி அரசு இறங்கும் என்பதற்கு மற்றுமோர் உதாரணம்.

இதைக் காழ்ப்பில் எழுதவில்லை. இந்தியச் சினிமா மீதான அக்கறையில் எழுதுகிறேன்.

*(ஏப்ரல் 2, 2021)*

★★★

# 16.மிஷ்கினின் வல்லுறவு

மிஷ்கின் மேல் எல்லோருக்கும் காண்டு இருப்பதைப் புரிந்து கொள்ள முடிகிறது. அவர் ஓர் அறிவுஜீவி என்பதுதான் காரணம். நம்மூரில் புத்திசாலிகளை மக்களுக்குப் பிடிக்காது. போட்டு அடிப்பார்கள். அவர்களுக்கு ரஜினி மாதிரி ஓர் அரைகுறை என்றால்தான் திருப்தி. எட்டு வழிச் சாலையை வைத்துக் கொள், ஸ்டெர்லைட்டுக்கு எதிராகப் போராடாதே என்று நடுவிரலைக் காட்டினாலும் பரவாயில்லை. ஆனால் அறிவாளி வேண்டாம். ஒருவேளை ஒருவன் புத்திசாலியாக இருந்தாலும் அவன் எக்காரணம் கொண்டும் காட்டிக் கொள்ளவே கூடாது. ஒரு பாலியல் நோய் வந்தது போல் மிக ரகசியமாக அதை வைத்துக் கொள்ள வேண்டும் என நினைக்கிறார்கள். அவ்வளவு தாழ்வு மனப்பான்மை நம் ஆட்களுக்கு.

சில நூறு பேருக்கு மட்டும் தெரிந்த நான் 'இண்டலெக்சுவல்' என்று சமூக வலைதள பயோ போட்டுக் கொண்டதற்கே பத்தாண்டுகளாக பொச்செரிந்து கொண்டிருப்போர் உண்டு எனும் போது லட்சக்கணக்கானோருக்குத் தெரிந்த மிஷ்கின் இண்டலெக்சுவலாக இருப்பது பொறுக்குமா! அசந்தால் ஆப்படிப்பதிலேயே குறியாக இருக்கிறார்கள். அசராவிடிலும் அசந்ததாய்ச் சொல்லி ஆப்படிப்பார்கள். அப்படியான ஒன்றுதான் அவரது மம்மூட்டி ரேப் பேச்சை முன்வைத்து அவரை மொத்தமாக ஒன்றுமே இல்லை என்று நிறுவ முனைவது. எத்தனை நல்ல படம் பார்த்தாலும், எடுத்தாலும் அவன் மனிதனே இல்லை என்று தீர்ப்பெழுதுவது.

முதலில் அவரது பேச்சைப் பார்ப்போம்: "நான் பெண்ணாக இருந்திருந்தால் மம்மூட்டியை ரேப் செய்திருப்பேன்" (*"Had I been a girl, would've raped Mammootty"*) என்று சொல்லி

இருக்கிறார் (பேரன்பு திரைப்படம் பார்த்ததை முன்வைத்து அவரது நடிப்பைச் சிலாகிக்கும் முகமாக). இன்று இந்தியாவில் இருக்கும் சமூகச் சிக்கல் ஆண்கள் பெண்களை பாலியல் வல்லுறவு செய்வதுதான். பெண்கள் ஆண்களை / சிறுவர்களை வல்லுறவு செய்வது பிள்ளைகெடுத்தாள்விளை போல் அங்கொன்றும் இங்கொன்றும் நடக்கலாம். முதலில் ஆணின் முழுச் சம்மதம் இல்லாமல் பெண்ணால் அவனை வல்லுறவு செய்ய முடியுமா என்றே எனக்குப் புரியவில்லை. அதை நியாயமாக மயக்கி, அல்லது தூண்டிப் புணர்தல் என்றுதான் சொல்ல முடியும். உயிரியல்ரீதியான ஒத்துழைப்பின்மை தவிர உடல் வலிமையில் இருக்கும் வித்தியாசமும் ஒரு காரணம். அதையும் தாண்டி பூரண வற்புறுத்தல் என்றால் வாய்ப்புணர்ச்சியை வேண்டுமானால் கணக்கில் கொள்ளலாம். தவிர நம் ஆண்களுக்கு இருக்கும் பாலியல் வறுமைக்கு பொதுவாய் அவர்களை எந்தப் பெண்ணும் வற்புறுத்த வேண்டியும் இருப்பதில்லை. அதாவது நடக்கிறது என்றாலும் அது இன்று நம் சமூகத்தில் பெரும் பிரச்சனை அல்ல என்பதே என் புரிதல். இந்தப் பின்புலத்தில் மிஷ்கின் சொன்னதைக் கவனிக்கலாம். தான் பெண்ணாகப் பிறந்திருந்தால் மம்மூட்டியைப் புணர விழைந்திருபேன் என்கிறார். அதை அப்பாத்திரத்தின் மீதான ஒரு காதலாகவே என்னால் பார்க்க முடிகிறது.

ஊடகங்கள் செய்திகளில் அப்படித்தான் போட்டிருக்கிறார்கள். அது இடக்கரடக்கலா அல்லது சரியான புரிதலா என்பது வேறு விஷயம். இடக்கரடக்கல் என்றாலும் சினிமாக்காரன் பேச்சை ஊதிப் பெரிதாக்கும் ஊடகங்கள் இதைப் பொருட்படுத்தவில்லை எனும் போது முதல் பார்வையில் இது தவறென்று அவர்களுக்குத் தோன்றவில்லை என்பதைச் சுட்ட விரும்புகிறேன். ஆனால் நம் சமூக வலைதளக்கார நீதிமான்களுக்குத்தான் எல்லாவற்றையும் தோண்டித் துருவித் தூக்கிடுவதில் அலாதி விருப்பமாயிற்றே!

இதையே “மம்மூட்டி பெண்ணாக இருந்திருந்தால் அவரை ரேப் செய்திருப்பேன்” என்று மிஷ்கின் சொல்லி இருந்தால் அது தவறுதான். (அப்போதும் அவரது ஒட்டுமொத்தப் பங்களிப்பை நிராகரிக்கும் அகங்காரத்தைச் செய்ய மாட்டேன். இவ்விஷயத்தில் அவர் பேசியது சமூகக் குற்றம், அதைத் திருத்திக் கொள்ள வேண்டும் என்றுதான் சொல்வேன்.) அங்கே ரேப் என்ற

சொல்லை மேலே சொல்லி இருப்பது போல் காதல் என்று எளிதாக எடுக்க முடியாது. கடக்கவும் முடியாது. ஏனெனில் இது பாலியல் குற்றங்களின் தேசம். இங்கே பெண்கள் ஆண்களால் பாலியல் இச்சை, சாதி, அதிகாரம், ஆணாதிக்கம், வன்முறை, மனச்சிதைவு எனப் பல காரணங்களால் வல்லுறவுக்குள்ளாகிக் கொண்டே இருக்கிறார்கள். அதனால் அப்படிச் சொல்லக்கூடாது. முன்பு சல்மான் கான் *Sultan* படம் முடித்த பின் நடந்த ஒரு நிகழ்ச்சியில் அப்படம் கோரிய அதீத உடலுழைப்பைச் சுட்டும் நோக்கில் “ரேப் செய்யப்பட்ட பெண் போல் களைத்திருக்கிறேன்” என்று சொன்னபோது நாமெல்லாம் கண்டித்தது நியாயமே. எதையும் ரேப்போடு ஒப்பிட்டு அக்குற்றத்தின் சமூக இடத்தை அங்கீகரித்ததாகி விடக்கூடாது என்பதால்.

ஓர் எளிய உதாரணம் மூலம் இதை விளக்கலாம். “ஆண்கள் சமையல் கற்றுக்கொள்ளவேண்டும்” என்று எழுதினால் அது சாதாரணம் வாழ்வியல் அறிவுரை. ஆனால் அதுவே “பெண்கள் சமையல் கற்றுக்கொள்ள வேண்டும்” என்று சொன்னால் அது பெண்ணடிமைத்தனத்தைத் தூண்டும் செயல். ஏனெனில் நம் நாட்டில் பெண்களைச் சமையல்காரிகளாக வைத்திருக்கும் ஆணாதிக்கப் போக்கு நிலவுகிறது. மேற்சொன்ன இரண்டையும் ஒரே அளவுகோலில் வைத்துப் பார்க்க முடியாது. இந்த வேறுபாட்டைப் புரிந்துகொள்ளாமல் உளறுவதை சமூகப் பொறுப்புள்ள ஒருவர் தவிர்ப்பது நலம். அது உண்மையில் புத்தி போதாமையில் செய்யும் ஒரு திரித்தல் வேலைதான்.

குறிப்பிட்ட இவ்விஷயத்தில் அதிகபட்சம் மிஷ்கின் இனி ரேப் என்ற சொல்லைப் பயன்படுத்தும்போது கவனமாய் இருக்க வேண்டும் என்று *soft advice* வேண்டுமானால் செய்யலாம். மற்றதெல்லாம் அதிகப்பிரசங்கித்தனம். *(இப்பதிவிற்கும் மேற்சொன்ன தாழ்வுமனப்பான்மைக்காரர்கள் வசவும் கேலியும் அளிப்பார்கள். என்ன செய்வது, அவர்களுக்கும் சேர்த்துத்தான் நாங்கள் சிந்திக்க வேண்டி இருக்கிறது!)*

*(ஜூலை 17, 2018)*

★★★

# 17.நித்ய தண்டனை

**வை**ரமுத்து இல்லையென்றால் 'ரைட்டர்' சிஎஸ்கே இல்லை. அவர் குங்குமம் வாசகர் கவிதைத் திருவிழாவில் என்னுடையதை (ஒருத்தி நினைக்கையிலே) முத்திரைக் கவிதையாகத் தேர்ந்தெடுக்கவில்லை எனில் நான் தொடர்ந்து எழுதியிருப்பேனா என்பது சந்தேகம். அது பெருந்திருப்புமுனை. அவ்வகையில் என் வருகையை உலகிற்கு அறிவித்தவர் கவிப்பேரரசு. பரத்தை கூற்று நூலின் சமர்ப்பணக் குறிப்பில் அப்படித்தான் சொல்லியிருந்தேன். எந்நாளும் அதற்காக அவர்பால் நன்றியும் பிரியமும் மரியாதையும் எனக்கு உண்டு. இறுதி வரையிலும் இருக்கும். ஆனால் அதன் நிமித்தம் அவர் இலக்கிய இடத்தை உயர்த்தியோ, அவரது பாலியல் அத்துமீறல்களை ஆதரித்தோ பேச மாட்டேன்.

*எழுத்தில் வைரமுத்துவின் இடம் என்ன?*

வைரமுத்து மிகச் சிறந்த திரைப் பாடலாசிரியர். இந்திய அளவில் கூட இதுவரை உருவான சினிமா பாடலாசிரியர்களுள் முதன்மையானவராக இருக்கலாம், ஆனால் எனக்கு பன்மொழிப் பாண்டித்யம் இல்லாததால் அதை உறுதி செய்ய முடியவில்லை. ஆனால் தமிழ் சினிமா அளவில் எடுத்தால் ஆகச் சிறந்த பாடலாசிரியர் அவரே - கண்ணதாசனும், வாலியும் அவருக்குப் பின்தான். வெகுஜனங்களை வாசகர்களாகக் கொண்ட புதுக்கவிதையை எடுத்துக் கொண்டாலும் அவரே தமிழில் முதன்மையானவர். தமிழில் பரப்பியப் புதுக்கவிதை எழுதிய அனேகம் பேரை வாசித்திருக்கிறேன் (குறைந்தது ஒரு நூலேனும்) என்ற தகுதியில் இதை உறுதியாகச் சொல்வேன். போலவே 'வில்லோடு வா நிலவே' குறிப்பிடத்தகுந்த வெகுஜன நாவல். இதைத் தாண்டி நவீன இலக்கியத்தில் வைரமுத்துவுக்கு எந்த இடமும் இல்லை. 'கள்ளிக்காட்டு இதிகாசம்' ஒருவித டாகுமெண்டரி

மட்டுமே. ‘கருவாச்சி காவியம்’, ‘மூன்றாம் உலகப் போர்’ நான் முழுக்க முடிக்கவில்லை என்றாலும் வாசித்த வரை அவை பற்றியும் அப்படியான அபிப்பிராயமே கொண்டிருக்கிறேன். இம்மூன்றிலுமே பண்பாட்டுப் பதிவுகள், இனவரைவியல் குறிப்புகள் முதலியவை ஏராளம் உண்டுதான். அதைத்தாண்டி தரிசனம் கொண்ட பேரிலக்கியப் பிரதியாக இவை உயரவில்லை. அவ்வளவு ஏன், சுவாரஸ்யமான வெகுஜனப் படைப்பாகக் கூட நிற்கவில்லை என்றே சொல்வேன். குமுதம் இதழில் வைரமுத்து எழுதிய தொடர் சிறுகதைகள் எதையும் வாசிக்கவில்லை. ‘தமிழாற்றுப் படை’ மொழி மூத்தோர் குறித்து வெகுஜனத்தின் மனதில் பதிய வைக்கும் முயற்சி என்ற அளவில் முக்கியமானது. இதுவே என்வரையில் வைரமுத்துவின் இலக்கிய இடம்.

தனி மனிதராக வைரமுத்து குறித்துப் பல மனத்தாங்கல்கள் எனக்குண்டு. முதலில் அவரது அரசியல் நிலைப்பாடு. காற்றுள்ள பக்கம் சாய்வதில் தயக்கம் இல்லாதவர். கலைஞரைக் கொண்டாடிய அதே வாயால் நிர்மலா சீதாராமனையும் தருண் விஜய்யையும் புகழ்வார். தன்னை விழாக்களுக்கு அழைப்போரிடம் தன் புத்தகங்களை வாங்க வற்புறுத்துகிறார் என்ற குற்றச்சாட்டும் உண்டு. படுக்கையிலிருந்த ஜெயகாந்தனிடம் தன் கதைகளைப் பாராட்டி எழுதிக் கொண்டு கையொப்பம் வாங்கினார் என்றும் குற்றச்சாட்டு இருக்கிறது. சாஹித்ய அகாதமி, ஞான பீடம் முதல் நொபேல் பரிசு வரை வாங்க லாபி செய்கிறார் என்றும் செய்திகள் இருக்கின்றன. சுயசாதிப் பற்றுதல் கொண்டவர் என்கிற குற்றச்சாட்டும் உண்டு. சில விஷயங்களில் உளறலாகக் கருத்துப் பகிர்ந்திருக்கிறார். அவர் பாடல்களில், கவிதைகளில், கதைகளில், கட்டுரைகளில், உரைகளில், ட்வீட்களில் பிற்போக்கான கருத்துக்கள் உண்டு. இளையராஜாவுடனான பிணக்கு விஷயத்திலும் பாசாங்கான ஒரு நிலைப்பாடு எடுத்து மக்களிடம் நல்லவர் எனப் பெயரெடுக்க முனைகிறார் என்றே புரிந்து கொள்கிறேன்.

இவை எல்லாம் தாண்டி மீடூ பாலியல் தொந்தரவு குற்றச்சாட்டுகள். முகம் காட்டியும் காட்டாமலும் பலர் வெளிப்படுத்திய பத்துக்கும் மேற்பட்ட மீடூ குற்றச்சாட்டுக்கள். நடுவுநிலை மாறா தர்க்கத்தில் யோசித்துப் பார்த்தால் இந்தக் குற்றச்சாட்டுகளில் சிலவற்றிலேனும் உண்மை இருக்கும் என்றே நம்புகிறேன். சினிமா உலகிலும் அவர்

பற்றி அப்படியான பேச்சுக்களே நிலவுகின்றன. அத்தனை பேரும் சேர்ந்து கொண்டு ஒரே குரலில் பொய் சொல்கிறார்கள் என நான் நம்பவில்லை. தவிர, அவர் அதை எதிர்கொண்ட முறையிலேயே ஓர் அபாண்டக் குற்றச்சாட்டிற்கான அறச்சீற்றம் இல்லை.

தன் மீதான இந்தக் குற்றச்சாட்டுகள் எல்லாம் பார்ப்பனச் சதி என்று சொல்வதைத் தப்பித்தலாகவே பார்க்கிறேன். அப்படிப் பார்ப்பனர்கள் சேர்ந்து பழி தீர்க்குமளவு வைரமுத்து அத்தனை ஸ்திரமான திராவிடரும் அல்லர்! (ஆனால் அவர் மீது தீவிர இலக்கியவாதிகள் உள்ளிட்ட பலருக்கும் ஏராளப் பொறாமை உண்டு என அறிவேன்.)

பல்லாண்டுகளாக அவர் எப்படி தைரியமாக அதைச் செய்தார்? அவரது முயற்சிக்கு சிலரேனும் லாபம் கருதியோ பயந்து கொண்டோ இணங்கியதால் பெற்ற உற்சாகமாக இருக்க வேண்டும். எப்படி இருந்தாலும் அவர் செய்தது குற்றமே. தன் செல்வாக்கை, தன் புகழை, தன் மரியாதையை முதலீடாக வைத்து பெண்களிடம் காமம் பெற முயற்சிப்பது என்பது சினிமா துறையில் அவரைப் பயன்படுத்தும் இயக்குநர் / இசையமைப்பாளர் / தயாரிப்பாளர் / நடிகர் மற்றும் அவர் வரிகளைக் கொண்டாடும் ரசிகன் இரு தரப்புக்கும் செய்த துரோகமே. வாய்ப்பும், பாராட்டும் வழங்கப்பட்டது அதைக் கொண்டு பெண்களைச் சுரண்ட அல்ல. அது அவர் மீதான மரியாதையைக் குறைக்கிறது.

அதற்கான தண்டனை என்ன என்பதில்தான் நான் சற்றே மாறுபடுகிறேன். நியாயமாக என்ன நடக்கவேண்டும்? சட்டப்பூர்வமாக இதை எடுத்துப் போய் நீதிமன்றத்தில் அவருக்குத் தண்டனை பெற்றுத் தரலாம். அப்படி நடந்தால் அது எல்லோராலும் முழுமையாக ஆதரிக்கப்பட வேண்டியதே. ஆனால் மீடூ குற்றச்சாட்டுகளில் பெரும்பான்மைக்கு ஆதாரம் இருக்க முடியாது என்பதைப் புரிந்து கொள்ள முடிகிறது. (சிசிடிவி ஆதாரங்கள் கொண்டு நடந்த 'தெஹல்கா' தருண் தேஜ்பால் வழக்கிலேயே அவர் குற்றமற்றவர் என விடுதலையாகி விட்டார்.) இன்னொரு விதமான தண்டனை அவர் செயலுக்காக அவரைத் தவிர்க்க உத்தேசிக்கும் படைப்பாளிகளும் ரசிகர்களும் அதைச் செய்யலாம் (அதாவது எந்த வெளி அழுத்தங்களும் இல்லாமல், தாமாகவே செய்வதைச் சொல்கிறேன்). உதாரணமாக

ரஹ்மான் தான் இசையமைக்கும் படங்களில் தொடர்ச்சியாய் வைரமுத்துவைத் தவிர்ப்பதைச் சொல்லலாம்.

மாறாக, அவர் ஒவ்வொரு முறை ஏதேனும் அங்கீகாரம் பெறும் போதும் அல்லது அவரது படைப்பு ஏதேனும் ஒன்று வெளியாகும் போதும் அவர் மீதான குற்றச்சாட்டுகளைச் சொல்லிக் கொண்டே இருப்பதில் என்ன தர்க்கம் இருக்க முடியும்? எனில் நாம் என்ன சொல்கிறோம்? ஆயுள் முழுக்க வைரமுத்து வீட்டிலேயே முடங்கி விட வேண்டும். அமைப்புகளும் ரசிகர்களும் அவர் பங்களிப்பை இனிமேல் ஒருபோதும் பேசவே கூடாது என்றா? அவர் சினிமாவில் வாய்ப்புப் பெறவே கூடாது என்றா?

வைரமுத்துவுக்கு ஓஎன்வி இலக்கிய விருது கிடைத்திருக்கிறது. அந்த விருதின் இடம் பற்றி எனக்குத் தெரியாது. எனவே வைரமுத்துவின் பங்களிப்புக்கு அது பொருந்துமா என என்னால் சொல்ல முடியவில்லை. (அடூர் கோபாலகிருஷ்ணன் நடுவர்களில் ஒருவராக இருந்திருக்கிறார் என்பதால் வைரமுத்துவின் சினிமா பங்களிப்புகளும் கணக்கில் கொள்ளப்பட்டிருக்கும் என்பதாகப் புரிந்து கொள்கிறேன்.) அப்படியே நமக்கு விருதுக்கான அவரது தகுதி குறித்த கேள்விகள் இருந்தாலும் அது தனியான விவாதம். ஆனால் பிரச்சனை அவரது இலக்கிய ஸ்தானம் பற்றியது அல்ல; ஒழுக்கத்தை முன் வைத்து அவர் விருதுகளிலிருந்து நிராகரிக்கப்பட வேண்டும் என்று சொல்லப்படுவதே.

மலையாள நடிகைகளில் முற்போக்காளராகக் கருதப்படும் பார்வதி திருவோத்து இதை ஆரம்பித்து வைத்திருக்கிறார். பலரும் தொடர்வார்கள். அவர்களின் கருத்து என்ன?

கொலை / கொள்ளை / ஊழல் / கலவரம் / வல்லுறவுக் குற்றவாளிகள் கூட சில பல ஆண்டுகளில் விடுதலை அடையலாம், ஆனால் மீடூ குற்றச்சாட்டுக்கு ஆளானவர் இறுதி வரை இறந்த ஒருவர் போலவே இருந்து விட்டுப் போய்விடவேண்டும் என்பதுதான் அவர்கள் கருத்தா? இதில் முக்கியமாகக் கவனிக்க வேண்டிய ஒன்றிருக்கிறது: மற்ற குற்றங்கள் யாவும் பல்லாண்டு விசாரணைக்குப் பிறகே உரிய தண்டனை தரப்பட்டு, அதற்கும் மேற்முறையீட்டு வாய்ப்புகளும் வழங்கப்படுகிறது. கொடூரக் குற்றங்களுக்கே அப்படி எனும் போது, நிரூபிக்கப்படாத

*Name & Shame* குற்றச்சாட்டுகளுக்கு இப்படி நிரந்தர ஒதுக்குதல் தண்டனையைத் தர உத்தேசிக்கிறோம் என்பது முரணல்லவா!

கவனியுங்கள், வைரமுத்து குற்றம் செய்யவில்லை என நான் வாதிடவில்லை; வைரமுத்து ஏற்கனவே தண்டனை பெற்று விட்டாரே என்று கூட நான் கேட்கவில்லை. ஒவ்வொரு முறையும் வேறு யாராவது பாலியல் குற்றச்சாட்டுக்கு ஆளாகும் போதோ, வைரமுத்துவுக்கு அங்கீகாரம் கிட்டும் போதோ மீடூ பிரச்சனையை முன்னெடுப்போர் எதிர்பார்ப்பதுதான் என்ன என்று புரிந்து கொள்ள முனைகிறேன்.

எல்லாக் குற்றங்களும் ஒன்றல்ல. அந்தந்தக் குற்றத்தின் உயரத்திற்கேற்பவே தண்டனை கிட்டும். யாவற்றுக்கும் மரண தண்டனையோ ஆயுள் தண்டனையோ சாத்தியமில்லை. தேசத்தின் முன்னாள் பிரதமரையும் இன்னும் சிலரையும் குண்டு வெடித்துச் சாகடித்த வழக்கில் குற்றம் சாட்டப்பட்டவர்களையே பல்லாண்டு தண்டனை அனுபவித்து விட்டார்கள் என விடுதலை செய்யக் கோருகிறோம் நாம். பெண்ணைக் கூட்டு பாலியல் வல்லுறவு செய்த பதின்மனை சுயதொழில் புரிய அனுமதித்து விடுதலை செய்கிறோம். சாதி ஆணவக்கொலை செய்தோர் குறைந்த தண்டனை பெற்று விடுதலையாகிறார்கள். சுதந்திர தினத்துக்கும், காந்தி ஜெயந்திக்கும் கொடூரக் குற்றங்கள் செய்த எத்தனையோ சிறைவாசிகளை தண்டனைக்காலம் முடியும் முன்பே விடுவிக்கிறோம்.

மீடூ குற்றச்சாட்டுக்கு ஆளானவர் மட்டும் ஆயுள் முழுக்க அதற்கான தண்டனையை அனுபவித்துக் கொண்டே இருக்க வேண்டும் என ஏன் எதிர்பார்க்கிறோம்?

*(மே 27, 2021)*

★★★

# 18.சினிமாவும் சாதியும்

'அம்பையின் பெண்ணியப் பார்வையின் சிக்கல்கள்' கட்டுரையில் அம்பையின் பார்வையை விமர்சித்து அபிலாஷ் இப்படிச் சொல்கிறார்: "ஒரு படைப்பில் ஒரு எழுத்தாளனுக்கு சம்மந்தமில்லாத பல கருத்துக்களும் கூடத்தான் வந்து விழும். ஒரு காலத்தின், ஒரு குறிப்பிட்ட கலாச்சாரத்தின் பலவித பார்வைகள் ஊடுருவும் களம்தான் ஒரு படைப்பு. கலைஞனின் நோக்கம் அரசியல் ரீதியாய் ஆரோக்கியமான, நியாயமான கருத்துக்களை படைப்பில் முன்னிலைப் படுத்துவதல்ல. ஒரு மக்கள் சமூகத்தின் சிந்தனைப் போக்கை, பண்பாட்டு சாய்வுகளை, தத்தளிப்புகளை, குழப்பங்களை பதிவு பண்ணுவதுதான் அவன் நோக்கம். அப்போது அதில் பல முரண்பட்ட கருத்துக்கள் தோன்றலாம். இதில் எது எழுத்தாளனின் பார்வை என நாம் முத்திரை குத்த முடியாது."

அம்பை ஒரு படைப்பை அந்த எழுத்தாளனின் அரசியல் மேடையாக பார்த்து மிகுந்த அரசியல் பிரக்ஞையுடன் கருத்துக்கள் வெளிப்பட வேண்டும் என எதிர்பார்ப்பதைப் போன்றதே இங்கே பலரும் தேவர் மகன், விருமாண்டி போன்ற படங்களில் சாதியத்தில் குளிர் காய்வதாய் கமல் ஹாசனைக் குற்றம் சுமத்துவதும் நடக்கிறது. கமல் தன் படைப்பின் யதார்த்தத்துக்கு நேர்மையாய் இருக்க முயன்றார் என்பதே இதில் என் புரிதல். போற்றிப் பாடடி பொண்ணே என்ற பாடல் தேவர்கள் உசத்தி என்பதைச் சொல்ல வைக்கப்படவில்லை; தேவர்கள் தம்மைத் தாமே உசத்தியாகக் கருதிக் கொள்பவர்கள் என்ற விஷயத்தைத்தான் அதன் வழி பதிவு செய்திருக்கிறார் கமல்.

அதை அச்சாதியினர் தம் பெருமிதத்துக்கும், பிற சாதியினரை இழிவுபடுத்தவும் பயன்படுத்திக் கொண்டதை கமல் முன்கூட்டியே உணர்திருந்தும் தன் வியாபாரச் சுயநலத்துக்காக இருக்கட்டும்

என்று விட்டு வைத்தாரா என்பது விவாதத்துக்குரியது. படைப்பின் நிஜத்தன்மை அப்படி அசம்பாவிதங்களைத் தூண்டும் சாத்தியம் இருப்பதை படைப்பாளி உணர்ந்தால் அதைத் தவிர்க்கவேண்டும். அதுவே அவனது அறம்.

தேவர் மகன் சாதியப் படமல்ல என்பதே இப்போதும் என் புரிதல். சாதிப் பெருமை பேசுபவர்கள் தேவர்கள் என்பதைக் காட்சிப்படுத்த வைக்கப்பட்ட போற்றிப் பாடடி பெண்ணே பாடல் இத்தனை வீச்சுடன் சாதி வெறியர்களின் ஆயுதமாக மாறும் என்று கமல் அப்போது கணிக்கவில்லை என்று வைத்துக் கொண்டாலும் குறைந்தபட்சம் படம் வெளியாகி கால் நூற்றாண்டு கடந்து விட்ட, அரசியலில் கமல் நுழைய ஆயத்தமாகும் இந்த வேளையிலாவது அவர் அப்பாடலின் உத்தேசம் சாதிப் பெருமிதமல்ல, சாதியுணர்வு பற்றிய விமர்சனமே எனத் தெளிவுபடுத்தி, அதன் மோசமான விளைவுகளுக்குப் பொறுப்பேற்று தமிழ்ச் சமூகத்திடம் மன்னிப்புக் கேட்கலாம்.

*(மே 28, 2015)*

★

நண்பர் KRS தேவர் மகன் படத்தில் கமல் வீட்டில் பசும்பொன்/நேதாஜி படங்களைக் காட்டும் இயக்குநர் “பகவத் கீதா“ வைத்து அருகில் பெரியார் படமும் வைத்த பின்னணி பற்றிக் கேட்டிருக்கிறார். கமல் எழுதிய இப்படத்தை தமிழின் சிறந்த திரைக்கதைகளுள் ஒன்றாகக் கருதுகிறேன். இது பற்றிய என் பார்வையைப் பதிவு செய்ய விழைகிறேன்.

1) நேதாஜி படம் சிவாஜி வீட்டில் இருப்பது ஆச்சரியம் அல்ல. படத்திலேயே நேதாஜி பற்றிய, அவருக்கு தேவர் சமூகத்துடன் இருந்த உறவு பற்றிய வசனம் இருக்கிறது.

2) பொதுவாக முற்போக்காகச் சிந்திக்கும் தேவர்களால் கூட முத்துராமலிங்கம் கொண்டாடப்படுகிறார். அது ஆச்சரியம்தான். எல்லோரும் கருதுவது போல் முத்துராமலிங்கம் சாதி வெறி கொண்டவரல்ல, அது ஒரு வரலாற்றுத் திரிபு வேலை என்பதை அவர்களின் தரப்பாகப் புரிந்து கொள்கிறேன். (அதை நான் ஒப்புக் கொள்ளவில்லை என்பது வேறு விஷயம்.) இந்த அடிப்படையில்

சிவாஜி வீட்டில் முத்துராமலிங்கம் படம் இருப்பதும் புரிந்து கொள்ளக்கூடியதே.

3) கமல் அடுத்த தலைவராக உருவெடுக்கும் போது அவர் சிவாஜியின் எழுதுமேசைக்கு வந்து அவர் பயன்படுத்திய பொருட்களை மரியாதை நிமித்தம் வணங்குகிறார். அக்காட்சித் துண்டு பற்றித்தான் நாம் பேசுகிறோம். (அது கமல் தீர்மானித்த பொருட்கள் அல்ல என்பது இங்கு கவனிக்கத்தக்கது. சிவாஜி பயன்படுத்தியவை.)

4) சிவாஜி தம் சாதி பற்றிய பெருமிதம் கொண்டவராக இருந்தாலும் மற்ற சாதியினரை அவமதிக்காதவராகக் காட்டப்படுகிறார். அது பெரியாரின் மீது அவர் கொண்ட பற்று / தொடர்பு என்பதாகத் திரைக்கதை ஆசிரியர் வைத்திருக்கிறார். அதன் குறியீடுதான் பெரியாருடன் எடுத்துக் கொண்ட புகைப்படம் அவரது எழுதுமேசையிலேயே இருப்பது.

5) அங்கே பகவத் கீதை இருப்பது சிவாஜி கடவுள் நம்பிக்கை கொண்டவர், தன்னை இந்துவாக உணர்பவர் என்பதைக் காட்டுகிறது. பெரியாரிடமிருந்து சாதி மறுப்பை எடுத்துக் கொண்டு கடவுள் மறுப்பை ஏற்காதோர் ஏராளம். எம்ஜிஆர், ஜெயலலிதா போன்ற தலைவர்களே அப்படித்தானே! சிவாஜி அவர்களைப் போல் ஒருவர்.

6) ஆனால் கமல் பகவத் கீதையை வணங்காதிருந்திருக்க முடியும். ஆனால் அவர் அப்படிச் செய்யக் காரணம் அவரும் அவர் தந்தை போல் சாதி மறுப்பாளராக இருந்தாலும் கடவுள் மீதும் இந்து சமயம் மீதும் நம்பிக்கை கொண்டவர் என்பதைக் காட்டத்தான். பிற்பாடு படத்தில் கோவிலில் தேரிழுப்பதில் முன்னே நிற்கும் கமலின் பாத்திரத்தைக் கோடி காட்டத்தான் அந்த பகவத் கீதை வணக்கம்.

7) “சாதியே இல்லை. பெரியார்தான் எல்லாம்.” என்று கருப்பு வெள்ளையாகப் புரட்சி பேசும் பாத்திரங்கள் உருவாக்கி இருக்க முடியும் கமலால். ஆனால் அவர் இப்படத்தில் யதார்த்தமான பாத்திரங்களை உருவாக்கி இருக்கிறார். அவர்களிடம் குறைகள் உண்டு, அதோடு அவர்கள் என்ன நல்ல விஷயம் செய்கிறார்கள் என்பதே காட்ட நினைத்தது.

*8) அதே சமயம் அவர் படத்தில் தேவர் சாதியைப் பெருமிதப்படுத்தவில்லை. அவர்களின் பழக்க வழக்கங்களை அப்படியே பதிவு செய்து அதில் சாதியம் வெளிப்படும் இடங்களைப் பகடியோ விமர்சனமோ செய்கிறார் என்பதே என் புரிதல். போற்றிப் பாடடி பெண்ணே பாடலையும் அவ்வாறே பார்க்கிறேன். ஆனால் அதன் விளைவுகள் மோசமானதாய் இருந்ததால் அதைத் தவிர்த்திருக்கலாம் என்றும் தோன்றுகிறது.*

*(அக்டோபர் 31, 2016)*

★

நான்கு பேர் கூட எடுத்துப் பார்க்க வாய்ப்பற்ற பள்ளிப் பதிவேட்டில் மகள்களின் சாதி குறிப்பிட மறுத்த கமல்ஹாசன்தான் நான்கு கோடி பேர் மீண்டும் மீண்டும் பார்த்து நேரடிப் பாதிப்புறும் சினிமாவில் தேவர் மகன், சபாஷ் நாயுடு எனப் பெயர் வைத்தார் என்பது வினோத நகைமுரண். தவிர, அவர் சக்திவேல் நாயக்கராகவும் (நாயகன்) சக்திவேல் தேவராகவும் (தேவர் மகன்) சக்திவேல் கவுண்டராகவும் (சதிலீலாவதி) நடித்து சாதி நல்லிணக்கத்துக்கு உதவியவர் என்றால் அது மிகையல்ல; சிகையுமல்ல.

*(ஜூன் 18, 2018)*

*(தேவர் மகன், சபாஷ் நாயுடு படத் தலைப்புகளை சிபாரிசு செய்தது இளையராஜா - பெரியாரைப் பின்பற்றும் கமல் மறுத்திருக்க வேண்டும் என்பது வேறு விஷயம்.)*

★

நிஜ வாழ்வில் ஒரு தலித் இக்கட்டில் திருப்பி அடிப்பதை ஆதரிக்கிறேன், அவன் பக்கமே நிற்கிறேன். அந்த வன்முறை பூரணமாகவே அறத்துள்தான் வரும். ஆனால் சினிமா எடுக்கும் போது கலைஞனுக்குச் சமூகப் பொறுப்புணர்ச்சி வேண்டும். அதாவது படத்தில் ஒரு நிஜ உலகின் பிரச்சனையைக் காட்டும் போது தீர்வாக வன்முறையை *endorse* செய்யக்கூடாது. அது பார்வையாளரிடம் கடும் எதிர்மறை விளைவுகளை ஏற்படுத்தும்.

உதாரணமாக "புகை உயிருக்குக் கேடு" எனப் பாடம் சொல்லும்

படம் எடுக்கிறேன் என நாயகன் ஸ்டைலாக சிகரெட் பிடிப்பது போல் காட்சி வைத்தால் இறுதியில் அவன் புற்று நோய் கண்டு வலியுடன் இறப்பதாகக் காட்டினாலும் பார்ப்பவனுக்கு ஸ்டைலாகப் புகை விட்டதே மனதில் நிற்கும். அதைப் பார்த்து அவன் சிகரெட் பிடிப்பான். தேவர் மகன் சொல்ல முயன்ற செய்தி அரிவாளைக் கீழே போட்டு விட்டு போய்ப் புள்ளகுட்டிகளப் படிக்க வைங்கடா என்பது. ஆனால் போய்ச் சேர்ந்தது போற்றிப் பாடடி பெண்ணே பாடல்தான். இதைத்தான் சினிமாவின் எதிர்மறை விளைவு என்கிறேன்.

அதனால்தான் கலைஞனுக்குப் பொறுப்பு *(responsibility)* வேண்டும் என்கிறேன்.

*(ஏப்ரல் 13, 2021)*

★

கமலுக்கு ஆரம்பம் முதலே தேவர் சாதி மீது ஒரு பாசம் இருக்கிறது. தேவர் மகன், விருமாண்டி படங்கள், முத்துராமலிங்கம் படத்துக்கு தெக்கத்தி சிங்கமடா என்ற பாடல் பாடிக் கொடுத்தது, சண்டியர் என்ற சொல் தெற்கில் யாரைக் குறிக்கும் என்று தெரிந்தும் படத் தலைப்பை மாற்றாமல் பிடிவாதம் காட்டியது எனப் பல தரவுகள் உண்டு. அதனால் தேவரின விடிவெள்ளி இயக்குநர் முத்தையா அவரை வைத்துப் படம் இயக்கினால் ஆச்சரியப்பட மாட்டேன். கமல் ஹாசன் ஒருவேளை பிராமணராகப் பிறக்கவில்லை என்றால் தேவராகப் பிறக்கவே விரும்பியிருப்பார் என்றே ஊகிக்கிறேன்.

இன்று திடீரெனத் தோன்றியது: சிவாஜி மீதான கமலின் மதிப்பும், அவரது குடும்பத்தின் மீதான பாசத்துக்கும் கூட அவர்களின் சாதி கூடுதல் காரணமாக இருக்குமோ என.

*(மார்ச் 10, 2022)*

★

மாமன்னன் ஃபஹத் ஃபாஸில் நடித்த சாதி வெறிப் பாத்திரத்தின் *mashup* காட்சிகளை ஹீரோயிசப் பாடல்களின் பின்னணியில் கொண்டாடுவது ரசிக மனப்பான்மை என்பதோடு மட்டும் நின்று விடாது. நேற்று திருப்பாச்சி அருவாளைத் தீட்டிக்கிட்டு வாடா

வாடா பாடலுடன் அதைப் போட்டிருந்ததைக் கவனித்தேன். அது ரசிக வேலையாக இருக்க வாய்ப்பு குறைவு. தேவர் சாதியைச் சேர்ந்த ஒருவர் தம் சாதி வாட்ஸாப் குழுக்களில் பரப்ப உருவாக்கியது என்றே எண்ணத் தோன்றுகிறது.

தேவர் மகன் படம் (அறிந்தோ அறியாமலோ) 90களில் தென்மாவட்டங்களில் ஊட்டிய சாதி வெறி தன்னை, தன் சார்ந்தோரை எப்படிப் பாதித்தது என்று மாமன்னன் இயக்குநர் மாரி செல்வராஜ் விழா மேடையில் கமலை வைத்துக் கொண்டே பேச முற்பட்டார். இவர்கள் நேர் எதிராக அவரது திரைப்படக் காட்சிகளைக் கொண்டே இன்னொரு 'போற்றிப் பாடடி பெண்ணே' பாடலை உருவாக்கிக் கொண்டிருக்கிறார்கள்!

இடையே சிலர் இதை "இப்படித்தான் போற்றிப் பாடடி பாடலும் ஆச்சு, இப்ப மாரிக்குப் புரிஞ்சிருக்கும், கமல் பக்க நியாயம்" என்று நேக்காக நியாயப்படுத்துகின்றனர்.

இரண்டுக்கும் வேறுபாடு இருக்கிறது. போற்றிப் பாடடி பாடல் படத்திலேயே தேவர் இனத்தின் (குறைந்தபட்சம் குறிப்பிட்ட தேவர் பாத்திரத்தின்) பெருமையை விதந்தோதும் பாடல்தான். அதை எந்த மாற்றமும் இன்றி அப்படியே ஒலிக்க விட்டே தேவர் சாதிப் பெருமிதத்துக்குப் பயன்படுத்த முடிந்தது. மாறாக இப்போது மாமன்னன் ஃபஹத் விஷயத்தில் நடப்பது வேறு. அது படத்தில் ஃபஹத் வரும் (பெருமிதத் தொனியற்ற) சாதாரணக் காட்சிகளை வெட்டி ஒட்டி ஏதாவது சாதிப் பாடல்கள் சேர்த்து அதை அவரவர் தம் சாதிப் பெருமிதத்துக்குப் பயன்படுத்திக் கொள்கிறார்கள். இதெல்லாம் திரிபு வேலைதான். இன்னொன்று தேவர் மகன் படத்தின் பாடலைத் தேவர்கள் மட்டுமே தம் பெருமிதத்துக்குப் பயன்படுத்த முடிந்தது. மாமன்னன் ஃபஹத் காட்சிகளை எந்தச் சாதி வேண்டுமானாலும் பயன்படுத்திக் கொள்ள முடிகிறது. அதுவே அதன் பயன்பாடு எத்தனை கோமாளித்தனமானது எனக் காட்டுகிறது. எனவே இரண்டும் ஒன்றல்ல.

ஒன்று கதையின் பகுதியாக வந்த நேரடிச் சாதிப் பெருமிதப் பாடல் சம்மந்தப்பட்ட சாதி வெறியர்களால் எடுத்தாளப் பெற்றது (அதில் எந்தத் திரிபு வேலையும் இல்லை); இன்னொன்று சாதாரணக் காட்சிகள் வெட்டி ஒட்டப்பட்டு பாடல் சேர்க்கப் பட்டு திரிந்த

வடிவில் பரவலாகப் பல சாதியவாதிகளில் எடுத்தாளப்படுகிறது - நேரடியாகப் பயன்படுத்த முடியவில்லை. எனவே மாரியை விடவும் கமல் - பரதன் - வாலி - இளையராஜா கூடுதல் பொறுப்பாளிகள். (இந்த இரண்டுக்கும் ஒரே ஒற்றுமை - கமல், மாரி இருவருமே உள்நோக்கின்றி அதைச் செய்தார்கள் என்பது மட்டுமே.)

சரி, மாரி செல்வராஜ் மீது தவறே இல்லையா? ஒரு விஷயம் சொல்லலாம். அவர் ஒவ்வொரு கதாபாத்திரத்துக்கும் அதன் பார்வையில் அணுகி நியாயம் செய்கிறார். அதனால் ஃபஹத் கம்பீரமாக இருக்கும் காட்சிகளைப் படத்தில் உண்டாக்கி வைத்திருக்கிறார். அப்படி அவர் செய்வது சில சமயம் அவர் படத்தில் உத்தேசிக்கும் மைய நோக்கிற்கு எதிராக அமைந்து விடுகிறது - படத்திற்கு உள்ளேயோ வெளியேயோ. அதுதான் ஃபஹத் காட்சிகளில் நடந்தது. இன்னோர் உதாரணம் பரியேறும் பெருமாளில் வரும் சாதி வெறிக் கிழவன். அவனுக்கு ரயிலில் தற்கொலை செய்வது போல் அப்படி ஒரு காவிய முடிவை அளிப்பது படத்தின் மைய நோக்கிற்கே எதிரானது. ஒரு கேவலமான முடிவை அளிப்பதே அம்மாதிரி ஆட்களை அவமானகரமான உணர்ந்து யோசிக்கச் செய்யும். இப்போது அம்மாதிரி சாதிய வெறி இருப்போர் காலரைத் தூக்கி விட்டு சாதிக்காக உயிர் விட்டவர் என அவனது தியாகத்தைச் சிலாகிப்பார்கள். இது மாதிரி விஷயங்களில் மாரி செல்வராஜ் யோசிக்க வேண்டும். கலாப்பூர்வமாக நல்ல காட்சி ஒன்று நம் படைப்பின் மைய நோக்கோடு ஒத்துப் போகும் என்று கட்டாயமில்லை.

*(ஜூலை 29, 2023)*

★

இப்போதுதான் கவனித்தேன். தலித் சினிமா என இங்கு முன்வைக்கப்படும் பெரும்பான்மை கலாப்பூர்வமாக என் எதிர்பார்ப்பைப் பூர்த்தி செய்ததில்லை. என் வெறுப்பாளர்களுக்கு சிரமம் தராமல் நானே தொகுத்தளிக்கிறேன்:

1) அட்டகத்தி - நன்று

2) மெட்ராஸ் - சுமார்

*3) கபாலி - சுமார்*

*4) காலா - சுமார்*

*5) சார்பட்டா பரம்பரை - சுமார்*

*6) பரியேறும் பெருமாள் - சுமார்*

*7) கர்ணன் - சுமார்*

*8) அசுரன் - சுமார்*

*9) வெண்ணிலா கபடிக்குழு - நன்று*

*10) மாவீரன் கிட்டு - மோசம்*

*11) கௌரவம் - நன்று*

*12) மகாமுனி - நன்று*

*(அறம், காக்கா முட்டை, மேற்குத் தொடர்ச்சி மலை, பரதேசி, பருத்தி வீரன் இவற்றில் முதன்மைப் பாத்திரங்கள் தலித் என்றாலும் சாதியம் பெரிதாய் அடிக்கோடிடப் படவில்லை என்ற காரணத்தால் அவற்றை இப்பட்டியலில் சேர்க்கவில்லை.)*

*(ஜூலை 31, 2021)*

★

*கலையில் political correctness முக்கியம் என்றாலும் என் வரையில் அது கலைக்கு அடுத்தபடி இரண்டாம்பட்சம்தான். ஆக, political correctness-ஐ ஒதுக்கி வைத்து விட்டுப் பார்த்தாலும் திரௌபதி ஒரு குப்பைப் படம். மோசமான எழுத்து, முதிர்ச்சியற்ற ஆக்கம் எனக் கொடூர சினிமா அது. Craft என்றால் என்ன விலை எனக் கேட்ட படம். ஆனால் இதை எல்லாம் மீறி இன்றளவும் அது பேச்சில் நிற்கக் காரணம் அது பேசிய ஆஃபாயில் புரட்சிதான். அதை ஆதரித்த சாதி வெறியர்களும், எதிர்த்த முற்போக்கு ஆட்களும்தான் அதை வாழ வைத்தனர். படத்தில் ஒன்றும் இல்லை. மற்றபடி, மோகன் ஜி எல்லாம் ஓர் இயக்குநர் என்று பொருட்படுத்திப் பேசப்பட்டுக் கொண்டிருப்பதே நமது சூழலின் கேவலமான நிலைக்கு ஆதாரம். ஒருவேளை, சாதி அரசியலைக் கையில் எடுக்காமல் அவர் முதல் படத்தை எடுத்திருந்தால்*

அவருக்கு இரண்டாவது படமே கிடைத்திருக்காது.

மாறாக, அவர் தனக்கு எதிராக *wanted*-ஆக அவரே முன் நிறுத்திக் கொள்ளும் பா. ரஞ்சித்தும், மாரி செல்வராஜும் அப்படி அல்ல. நான் அவர்கள் படைப்புகளைச் சுமார் என்று சில காரணங்களுக்காகச் சொன்னாலும் அடிப்படையில் பிரமாதமான இயக்குநர்கள். நாளை அவர்கள் சாதிச் சுவடின்றி ஒரு படம் எடுத்தாலும் அது வணிக ரீதியிலும், கலாப்பூர்வமாகவும் வெல்லும் வாய்ப்பு ஏராளம். ஏனெனில் அவர்கள் சாதியின் தயவில் இல்லை, மாறாக அவர்கள் தம் கலை வழியே அவர்கள் நம்பும் சமூக மாற்றம் ஒன்றை உத்தேசிக்கிறார்கள் (அது சரியாக இருக்கிறதா என்பது வேறு கதை). ஆனால் மோகன் ஜியோ சாதியின் தயவில் மட்டுமே தொடர்ந்து படம் எடுத்துக் கொண்டிருப்பவர். அவர் சாதியைக் கைவிட்டால் சினிமா அவரைக் கைவிடும்.

ரஞ்சித்தும் மாரியும் கலைஞர்கள். மோகன் ஜி மழைக்கு ஸ்டூடியோ பக்கம் ஒதுங்கியவர். இவர்களை ஒப்பிடுவதே வக்கிரமான அயோக்கியத்தனம்தான், சற்றே நுட்பமானதும்.

*(செப்டெம்பர் 24, 2021)*

★★★

# 19.களவுப் பெருமை

'துப்பறிவாளன்' படத்தை டவுன்லோட் செய்திருக்கிறேன் என்று பெருமையாகவும், பைரஸி எதிர்ப்பை மோசமான ரசனையுடன் கேவலம் செய்தும் பதிவிட்ட ஒருவரை சற்றுமுன் ஃபேஸ்புக்கில் நட்பு விலக்கம் செய்தேன். இது அவர் டவுன்லோட் செய்து பார்ப்பது பிடிக்காமல் அல்ல; அந்த அடிப்படையில் பார்த்தால் 90% பேரை அநட்பிக்க வேண்டியதுதான். பிரச்சனை அதுவல்ல. நான் விலகியதன் காரணம் அது பற்றிய குற்றவுணர்ச்சி சிறிதும் இன்றிப் பெருமிதக் கொழுப்புடன் அதை எழுதியதற்காக. அச்செயல் ஒரு க்ரிமினல் மனப்பான்மை கொண்டவராக, பழக ஆபத்தானவராக அவரை அடையாளப்படுத்துகிறது. நாளை பக்கத்து வீட்டுக் குழந்தையின் கழுத்தைத் திருகிப் போட்டு விட்டு அதையும் பெருமையாக அவர் சொல்லக்கூடும்.

திருட்டு டிவிடி / டவுன்லோடில் படம் பார்ப்பது குறித்து என் நிலைப்பாடு எளிமையானது அல்ல. கூடவே கூடாது எனக் கூறவில்லை. இந்தியச் சூழலில் அது சாத்தியமும் இல்லை.

நான் எப்போதெல்லாம் ஒரு படத்தைப் பைரஸியில் பார்க்கிறேன்? 1) நான் பெங்களூரில் வசிக்கிறேன் என்பதால் வியாபார நம்பிக்கையற்ற சில தமிழ்ப் படங்கள் இங்கு வெளியாவதில்லை (அல்லது தாமதமாக வெளியாகும்). அப்படியான படங்களை டவுன்லோட் செய்து பார்த்திருக்கிறேன். 2) சில படங்களை அவை வெளியான போது நேரமின்மை அல்லது அறியாமையால் பாராது விடுத்திருப்பேன். சில பல மாதங்கள் கழித்து அவற்றைப் பார்க்க விரும்பும் போது (குறிப்பாய் ஆண்டிறுதியில் என் திரைவரிசைப் பட்டியல் மற்றும் திரை விருதுப் பட்டியலுக்குத் தேவைப்படும் போது) அவை திரையரங்கில் ஓடாது. அப்படியான படங்களை டவுன்லோட் செய்திருக்கிறேன்.

அதைத் திருட்டுத்தனம் என்று உணர்ந்தும் இருக்கிறேன். நியாயமான விலையில் அப்படங்களின் அதிகாரப்பூர்வ டிவிடியோ இணைய வடிவமோ கிடைத்தால் நிச்சயம் அவ்வழியையே தேர்ந்தெடுப்பேன். ஆக, வேறு வழியே இல்லை எனும் போது கள்ளப் பிரதியை நாடுகிறேன். காசு செலவாகிறது என்பதால் சல்லிசாக குடும்பத்துடன் ஒரு படத்தை செலவில்லாமல் பார்த்து விடலாம் என்ற காரணத்திற்காக ஒருபோதும் நான் டவுன்லோட் செய்து படங்கள் பார்ப்பதில்லை. ஒருவேளை மல்டிப்ளெக்ஸ்களில் குடும்பத்துடன் போகும் போது மிக மிக அதிகக் காசு செலவாகிறது என்று தோன்றினால் சாதாரணத் திரையரங்குகளுக்கு குறைந்த விலை டிக்கெட்டில் குடும்பத்தை அழைத்துப் போகிறேன். அந்த ஒழுக்கத்தைக் குடும்பத்தினருக்கும் போதித்தே இருக்கிறேன்.

ஆனால் ஒருவேளை இதுவும் சொகுசாக இருக்கலாம்தான். இந்த வசதி எல்லோருக்கும் இராது என ஒப்புக் கொள்கிறேன். அதனால்தான் “கூடவே கூடாது” எனச் சொல்லவில்லை எனக் குறிப்பிட்டேன். ஒருவர் ஏழ்மையினால் தியேட்டருக்குப் போய்ப் பார்க்க முடியாத சூழலில் எப்போதேனும் டவுன்லோட் செய்தோ, திருட்டு டிவிடியிலோ பார்க்கலாம்தான். ஆனால் பார்க்கும் எல்லாப் படங்களையும் அப்படித்தான் பார்ப்பேன் என்று சொல்வது நியாயமே அல்ல. திருட்டுத்தனமாய்ப் பார்ப்பதற்குப் பிராயச்சித்தமாக பிடித்த நடிகர் / இயக்குநர் படங்கள் எதையேனும் மூன்று மாதங்களுக்கு ஒரு முறையாவது தியேட்டரில் குடும்பத்துடன் போய்ப் பார்க்க வேண்டும் என்றே சொல்வேன்.

இன்னும் சில சூழல்களும் உண்டு. சுயசம்பாத்யம் இல்லாதவர்கள், வீட்டிலிருக்கும் பெண்கள் ஆகியோருக்கு திரையரங்கு போகும் சுதந்திரம் இல்லாமல் இருக்கலாம். அதுவும் நம் மண்ணுக்கே உரிய வினோதக் கேவலம்தான். அவர்களுக்கும் சலுகைகள் தரலாம்தான். ஆனால் மேலே சொன்ன பிராயச்சித்தம் அவர்களுக்கும் பொருந்தும்.

வரும் படங்கள் எல்லாம் மோசமாக இருப்பதாகச் சொல்வது ஒருபோதும் இந்தத் திருட்டுத்தனத்தை நியாயப்படுத்தாது. மோசமான படங்களைத் தடுக்க ஒரே வழி அவற்றைப் பார்க்காமல்

தோல்வியுறச் செய்வதுதானே ஒழிய, திருட்டுத்தனமாய்ப் பார்ப்பது அல்ல. அப்படிப் பார்ப்பதை முதலில் திருட்டாக உணரும் நுண்ணுணர்வு ஒருவருக்கு வேண்டும். அந்த மனசாட்சி உறுத்தலுடன்தான் படம் பார்க்க வேண்டும். மாறாக டவுன்லோட் செய்து பார்ப்பதையே பெருமையாக ஏதோ சாதனை செய்து விட்டதைப் போல் பேசுவது எவ்வளவு பெரிய தடித்தனம்!

விஷால் எத்தனையோ கேவலமான படங்கள் நடித்திருக்கலாம். அதிகம் சம்பளம் வாங்குபவராய் இருக்கலாம். நடிகர் சங்கத் தேர்தலில் அரசியல் செய்பவராய் இருக்கலாம். திமிராய்ப் பேசுபவராய் இருக்கலாம். அவற்றை எல்லாம் அந்தந்த பொருத்தமான இடங்களில் எதிர்ப்பது தானே முறை! அவர் கள்ளப்படங்களை எதிர்ப்பது நியாயமான விஷயம் தானே! அங்கே ஏன் அவரைத் தாக்குகிறோம்? அவரின் பொருட்டு ஒரு கலைப்படைப்பை ஏன் பழிவாங்குகிறோம்?

தமிழ்ராக்கர்ஸ், தமிழ்கன் போன்ற தளங்களின் அட்மின்களின் நோக்கம் (மோடிவ்) என்ன என்பதை நான் அறியேன். விரோதம், வியாபாரம் என என்ன வேண்டுமானாலும் இருக்கலாம். நாம் அதில் ஆராயவோ கருத்துரைக்கவோ ஒன்றும் இல்லை. அதை எதிர்க்கவோ கண்டிக்கவோ இல்லை என்றால் கூட பரவாயில்லை, ஹீரோயிஸமாகத் தூக்கி வைத்துக் கொண்டாடுவது அறமான செயலா? ஒரு குற்றத்தை நகைச்சுவையாக்குவது அதன் பாதிப்பு பற்றிய விழிப்புணர்வை நீர்க்கச் செய்யும். என் மரியாதைக்குரியவர்கள் சிலர் கூட இதைச் செய்வதைக் காண்கிறேன்.

அப்படி அவர்கள் செய்வதன் நீட்சியாய்த்தான் பைரஸியில் படம் பார்ப்பதும் அதைப் பற்றி மிக இயல்பாய்ப் பொதுவெளியில் பகிர்ந்து கொள்வதும் எந்தப் பிழையும் இல்லை என்றே பொதுப்புத்தியில் ஆழப் பதிந்து விட்டது.அப்படி எழுதுவதன் மூலம் நீங்கள் திருடுவது மட்டுமின்றி மற்றவர்களையும் தூண்டுகிறீர்கள், அதற்கு வழி சொல்கிறீர்கள்.

சினிமாவும் ஒரு தொழில்தான். அதில் தயாரிப்பாளர்கள் கொள்ளை அடிப்பதும் நடக்கிறது. தகுதிக்கு மீறி நடிகர்கள் சம்பளம் பெறுவதும் நடக்கிறது. தேவையின்றி அதிக பட்ஜெட்டில்

படம் எடுப்பதும் நடக்கிறது. விநியோகஸ்தர்களுக்கு இதன் காரணமாக அதிக விலையில் விற்கப்பட்டு அது ப்ளாக் டிக்கெட் வடிவில் நம் தலையில்தான் விடிகிறது. இதில் ஒவ்வொன்றுமே எதிர்க்க வேண்டிய ஒன்றுதான். ஆனால் சினிமா உலகம் என்பது இந்த கொழுத்த முதலைகள் மட்டுமன்று; அதை எல்லாம் தாண்டி அந்தத் துறையை நம்பி ஆயிரக்கணக்கான எளியோர் குடும்பங்களும் இருக்கின்றன என்பதை நினைவில் வையுங்கள். குறிப்பிட்ட தொகைக்கு மேல் டிக்கெட் வைத்தால் அதை மறுதலித்து படம் பார்க்காமல் தவிர்க்கலாம். இப்படி எல்லோரும் செய்யும் போது அவர்களே புரிந்து கொண்டு டிக்கெட் விலை குறைக்க வேண்டி வரும். அது கடைசியில் நடிகர்களின் சம்பளத்தில் கை வைப்பதில் முடியும். அப்படித்தான் நம் எதிர்ப்பைப் பதிவு செய்ய வேண்டுமே ஒழிய திருட்டுத்தனம் செய்தல்ல.

ஒரு டீக்கடையில் டீ நன்றாக இல்லை என்றால் அடுத்த முறை குடிக்காமல் தவிர்ப்போம் மாறாய் அங்கிருந்து டீயைத் திருடிக் குடிப்போமா? நான் தவிர்க்கவியலாத சூழல்களில் பார்க்கலாம் என்று சொல்வது கூட அந்தக் கடையில் யாசகம் செய்து டீ குடிப்பது போன்றதுதான். அதற்காக எப்போதுமா பிச்சையெடுப்பது!

எந்த அவசியமும் இன்றி நீங்கள் தொடர்ந்து தரவிறக்கிப் பார்ப்பதன் மூலம் மெல்ல மெல்ல சினிமாவைக் கொல்கிறீர்கள். பத்து ஆண்டுகளில் சினிமாவே இதனால் இல்லாமல் போகலாம். பிறகு எதைத் தரவிறக்கிப் பார்ப்பீர்கள்!

*(செப்டெம்பர் 16, 2017)*

★★★

# 20. 96 : திரைக்கவிதை

*(சேது பாலா எழுதிய 96 வெண்பா நூலுக்கு எழுதிய முன்னுரை)*

பிடித்த கலைப்படைப்பை எப்படி வேண்டுமானாலும் கொண்டாடலாம். ஒவ்வொருவரும் தாமறிந்த பாஷையில் அதைச் செய்ய முனைவர். '96' படத்தை எடுத்துக் கொள்வோம். ஒருவர் அப்படத்தைப் பல முறை திரையரங்கில் சென்று பார்த்திருப்பார். இன்னொருவர் அதற்கு ஒரு விரிந்த திரை விமர்சனக் கட்டுரை எழுதியிருப்பார். மற்றொருவர் அப்படப் பாடலை தன் செல்பேசியின் ரிங்டோனாக அல்லது தன் செல்பேசி எண்ணின் காலர் ட்யூனாக வைத்திருப்பார். வேறொருவர் அப்படத்தின் பிடித்த காட்சியை ஓவியமாகத் தீட்டியிருப்பார். நான் '96: தனிப்பெருங்காதல்' என்ற நூலினை யாத்தேன். நண்பர் சேது பாலா 96 கவிதைகளால் படத்திற்குப் பிரத்யேகக் கொண்டாட்டம் நிகழ்த்தியிருக்கிறார்.

'96' என்ற அந்தப் படம் ஒரு *cult classic*-ஆக நம் சமூகத்தில் நிலைபெற்று விட்டதையே இது காட்டுகிறது. '96' படம் வந்த ஓராண்டு நிறைந்த போது "ஒரு வருஷத்துக்குள் இது ஏன் ஐம்பது வருஷம் பழைய படமா இருக்கு?" என்று கவிஞர் மனுஷ்ய புத்திரன் கேட்டார்.

க்ளாஸிக்குகள் அப்படித்தான், பழமையேறி இருக்கும். பராசக்தியும் நாயகனும் காலப் போக்கில் க்ளாசிக் ஆனவை. பொதுவாய் எல்லா க்ளாஸிக்குகளும் அப்படித்தான். '96'ன் சிறப்பு அது வெளியாகிக் குறுகிய காலத்திலேயே க்ளாஸிக் என்ற அந்தஸ்தை எய்தி விட்டது. எனவே இக்குழப்பம் ஒருவிதப் பாராட்டுரைதான். உடனடியாகப் பழையதாகி விட்டதை இன்னொரு பழைய பா வடிவத்தில் எழுதிப் பார்க்கவும் துணிச்சல் வேண்டும்.

'96' திரைப்படம் வெள்ளித்திரையில் கவிதை தீட்டிக் காட்டியது. காதலில் தோய்ந்த ஒரு நெடுங்கவிதை அது. இப்புத்தகம் அப்படத்தை வெண்தாளில் கவிதைகளாக வார்த்துத் தந்துள்ளது. வெண்பா எனப்படும் சன்னக் கவிதைகள் இவை. திரைக்கதை ஒன்றைக் கவிதைகளாக எழுதியமையால் இந்த நூல் ஒரு திரைக்கவிதை என்றாகி விடுகிறது!

★

புத்தகத்தின் முதல் கவிதையிலேயே இந்த க்ளாஸிக்தன்மை குறித்துதான் எழுதுகிறார்:

*"எண்ணூறாண் டானாலும் எண்ணியெண்ணிக் கண்ணிரண்டில் / நீர்த்துளிகள் நெஞ்சில் நினைவலைகள் காப்பியமாய்" - இத்தொகுப்புக்குப் பாயிரம் போலமைந்த வெண்பா!*

அடுத்தடுத்து '96' திரைப்படத்தின் முக்கியக் காட்சிகள் எல்லாமே சின்னச் சின்னக் கவிதைகளாக விரிகின்றன. வெண்பா என்பதால் பிடிவாதமாக பழைய சொற்களைப் பிடித்துத் தொங்கவில்லை. பெரும்பாலும் புழக்கத்திலுள்ள நமக்குப் பழகிய சொற்கள். வெண்பா போன்ற இலக்கணக் கட்டுப்பாடு மிக்க வடிவில் அப்படிச் செய்வது சவாலான காரியம் என்பதை அடிக்கோடிட விரும்புகிறேன். ஆனால் ஆர்வம் கொண்ட செயலில் சவால்தான் சுவை! இத்தகு சமகாலத்தன்மை பழங்கவிதைகளில் பரிச்சயம் இல்லாத சாதாரணரையும் எளிதாகவும் ஆர்வத்துடனும் சரளமாக இதைப் படிக்க வைக்கிறது.

நான்கு அடிகள்; முதல் மூன்றடி நான்கு சீர்கள், இறுதியடி முச்சீர்; இரண்டாம் அடியில் பயிலும் தனிச்சொல்; முதலிரு அடிகளில் ஓர் எதுகை, அடுத்த இரு அடிகளில் வேறோர் எதுகை என இவை யாவும் சந்த நயம் செறிந்த இரு விகற்ப நேரிசை வெண்பாக்கள்.

96 படத்திற்கு மூன்று கலையுச்சங்கள் உண்டு. ஒன்று ஜானுவின் திருமணத்துக்குத் தான் வந்திருந்ததை ராம் சொல்லுமிடம், அடுத்து ராம் தன்னைக் கல்லூரியில் சந்தித்ததாக நடந்ததை மாற்றி ஜானு சொல்லுமிடம், அப்புறம் மின்வெட்டில் ஜானு யமுனையாற்றிலே பாடும் இடம். மூன்றும் உணர்வெழுச்சி

மிகுந்த இடங்கள். ஆனால் இக்கவிக் கதம்பத்தில் அவற்றை விடவும் இன்னொரு இடம் நன்றாகச் சொல்லப்பட்டுள்ளது. ஜானு முதன்முறை புடவை கட்டி நின்றதை ராம் விவரிக்கும் இடம். மறுஆக்கங்கள் தனித்துவம் பெறுவது சில இடங்களாவது மூலப் பிரதியிலிருந்து விலகியோ விரிந்தோ செல்லும் போதுதான்.

*நீல இராமர் நிறச்சேலை சுற்றியவுன்*
*கோலம்கண் டேனென்கண் கொட்டாமல் சேலை*
*அவிழ்துவிடு மோஎன்ற அச்சமொரு பக்கம்*
*தவிக்கவுளம் செய்ததின்னல் தந்து*

*உனைப்பிடுங்கித் தின்ற தொருபக்கம் வெட்கம்*
*அனைவரும் பார்ப்ப தறிந்து நனியழகாய்*
*எப்படியி ருந்தாய் எனத் தெரியு மாவுனக்கு*
*எப்படி சொல்வாய் எனக்கு*

*அப்படியே கோவிலுக் கள்ளியுனைக் கொண்டுசென்று*
*தப்பாமல் இன்கழுத்தில் தாலிகட்டி அப்பொழுதே*
*கைகோத்துச் செல்லக் கரைந்தேன் முதல்முறை*
*மெய்சேலை கொள்ள வியந்து*

★

இது ஏன் எழுதப்பட வேண்டும்? கலைக்குத் தளை இல்லை. கலைஞன் தனக்குப் பிடித்த படைப்பை தனக்குத் தெரிந்த வடிவில் மறுஆக்கம் செய்வது மானுட வழமை. நாவல்கள் திரைப்படமாவது மிகப் பிரபல உதாரணம். இங்கே தலைகீழாக்கம் நிகழ்ந்திருக்கிறது - திரைப்படம் எழுத்தாகி இருக்கிறது. ஒப்பீடாக அல்லாமல் இப்படைப்பு எந்த வகைமை என்று குறிக்க இதைச் சொல்கிறேன்: ராமாயணத்தைக் கேட்டுக் கம்பர் ராமாவதாரம் எழுதியது போல், இயேசு கிறிஸ்துவின் கதையை கண்ணதாசன் இயேசு காவியமாகப் புனைந்ததைப் போல், மகாத்மாவின் வாழ்க்கை வரலாற்றை மகுடேசுவரன் ஆசிரிய விருத்தப் பாக்களால் 'காந்தி அண்ணல்' ஆக்கியதைப் போல்தான் இந்நூல் முயற்சியும்.

இதை ஏன் ஒருவர் வாசிக்க வேண்டும்? முதன்மைக் காரணம் இதன் வாசிப்பின்பம். இதன் கூறுமுறையின் செழுமையாலும் மொழியின் எளிமையாலும் வருவது அது. அடுத்தது '96' படத்தை இன்னொரு வடிவில் நுகர விரும்புவோருக்கு இது உவப்பாக இருக்கும். இறுதியாக உருவாலும் உள்ளடக்கத்தாலும் இது ஒரு குறுங்காவியமாகச் சொல்லத்தக்கது. சமகாலத்தில் அதிகமில்லை என்ற அளவில் இது முக்கியமாகிறது.

'96' படத்துக்கு ஒரு தேர்ந்த ரசிகர் சொற்களால் நிகழ்த்திய ஆராதனையே இந்நூல். காதலித்த, காதலிக்கப்பட்ட ஒவ்வோர் ஆன்மாவுக்கும் '96' திரைப்படம் பிடிக்கும். அதோடு கூடுதலாக மொழியையும் காதலிப்போருக்கு இந்தப் புத்தகம் பிடிக்கும்.

*சி.சரவணகார்த்திகேயன்*
*ஓர் ஆகஸ்ட் திங்கள், 2024*

★★★

# 21. பழைய பட்டியல்கள்

என் வரையில் ஒட்டுமொத்த தமிழ் சினிமாவின் ஆகச் சிறந்த *10* திரைப்படங்கள் இவை:

*1)* நாயகன்

*2)* குருதிப்புனல்

*3)* ஹே ராம்

*4)* இந்தியன்

*5)* தளபதி

*6)* ரோஜா

*7)* தேவர் மகன்

*8)* விருமாண்டி

*9)* கன்னத்தில் முத்தமிட்டால்

*10)* ஹவுஸ்ஃபுல்

*(பிப்ரவரி 22, 2008)*

*(சுமார் 17 ஆண்டுகளுக்கு முன் போட்ட பட்டியல். இப்போது யோசித்தால் பெரும்பாலும் சரிதான். குறிப்பாக நாயகன் படத்தை 25 முறைகளுக்கு மேல் பார்த்து விட்டேன். அதை முதன் முதலில் பார்த்தது 2000 வாக்கில். கால் நூற்றாண்டு ஆகிறது. இன்னும் அதுவே எனக்குத் தமிழின் ஆகச் சிறந்த படமாகத் தெரிகிறது. அந்த எண்ணத்திற்குக் குழப்பம் ஏற்படுத்தும் அருகாமையில் கூட வேறெந்தப் படமும் வரவில்லை. A true genius work!)*

★

அடிக்கடி நான் பதிவுகளில் குறிப்பிடும் "சமீபத்தைய நல்ல படங்கள்" என்பவை எவை என்று தெளிவாய் அறுதியிட்டுச் சொல்லி விடுவது எல்லா வகையிலும் உத்தமமானது. கடந்த ஆறேழு வருடங்களில் வெளியான தமிழ் படங்களில் முக்கியமானவை இவை:

1) அழகி - தங்கர்பச்சான்

2) ஆட்டோகிராஃப் - சேரன்

3) காதல் - பாலாஜி சக்திவேல்

4) தவமாய்த் தவமிருந்து - சேரன்

5) வெயில் - வசந்தபாலன்

6) பருத்தி வீரன் - அமீர்

7) கற்றது தமிழ் - ராம்

8) சுப்ரமணியபுரம் - சசிகுமார்

9) பூ - சசி

10) வெண்ணிலா கபடி குழு சுசீந்திரன்

**பின்குறிப்புகள்:**

1. இப்பட்டியலில் இடம்பெற முயன்று தோற்ற சில மாற்று சினிமா போலிகள்: புதுப்பேட்டை, கல்லூரி, பசங்க, குங்குமப்பூவும் கொஞ்சும் புறாவும், நாடோடிகள், மாயாண்டி குடும்பத்தார், நான் கடவுள், பிதாமகன், பள்ளிக்கூடம், சொல்ல மறந்த கதை, ஒன்பது ரூபாய் நோட்டு, சிதம்பரத்தில் ஒரு அப்பாசாமி, வாரணம் ஆயிரம், கோடம்பாக்கம், மாயக்கண்ணாடி, ராம், அன்பே சிவம்.

2. அடிதடி, கவர்ச்சி, காமெடி ஃபார்முலாவிலிருந்து விலகி சுவாரசியத் திரைக்கதையால் நல்ல *entertainer*களாக பரிணமித்த படங்கள் இவை. இவையும் சினிமா வளர்ச்சிக்கு முக்கியமானவை: தசாவதாரம், அயன், ஓரம் போ, பொய் சொல்ல போறோம், சென்னை-600028, இம்சை அரசம் 23ம் புலிகேசி, அஞ்சாதே, பொல்லாதவன், அழகிய தீயே, பாய்ஸ், திருட்டுப்பயலே, யாவரும் நலம், கண்ட நாள் முதல், உன்னாலே உன்னாலே, ஈ, கஜினி,

*காக்க.. காக்க.., காதல் கொண்டேன், சந்தோஷ் சுப்ரமணியம், அலிபாபா.*

*(ஜூலை 5, 2009)*

★

*இவர்கள் தமிழ் சினிமாவின் சிறந்த 15 இளம் இயக்குநர்கள்:*

1) *மிஷ்கின் (அஞ்சாதே)*
2) *சசிகுமார் (சுப்ரமணியபுரம்)*
3) *ராம் (கற்றது தமிழ்)*
4) *வசந்தபாலன் (வெயில்)*
5) *சுசீந்திரன் (வெண்ணிலா கபடி குழு)*
6) *சிம்புதேவன் (இம்சை அரசன் 23ம் புலிகேசி)*
7) *வெற்றிமாறன் (பொல்லாதவன்)*
8) *வெங்கட்பிரபு (சென்னை-600028)*
9) *விஜய் (பொய் சொல்லப் போறோம்)*
10) *புஷ்கர்-காயத்ரி (ஓரம் போ)*
11) *எஸ்.பி.ஜனநாதன் (ஈ)*
12) *கே.வி.ஆனந்த் (அயன்)*
13) *ப்ரியா வி. (கண்ட நாள் முதல்)*
14) *அறிவழகன் (ஈரம்)*
15) *விக்ரம் கே. குமார் (யாவரும் நலம்)*

*பின்குறிப்புகள்:*

*1. சிறந்த பத்து பேரைத் தேர்ந்தெடுக்கலாம் என்றுதான் உத்தேசித்திருந்தேன் (அப்படித்தான் பக்கவாட்டில் அறிவிப்பும் வெளியிட்டிருந்தேன்). ஆனால் போட்டி கடுமையாக இருந்ததால், யாரையும் விலக்க மனமில்லாமல், பதினைந்து என்று எண்ணிக்கையை கூட்டியிருக்கிறேன். என் தேர்வை*

*நியாயப்படுத்தும் அவர்களது தலா ஒரே ஒரு படத்தை அடைப்புக்குறிக்குள் தந்திருக்கிறேன்.*

*2. மணிரத்னம், ஷங்கர் போன்றவர்களை சீனியர்கள் என்ற அடிப்படையில் கணக்கில் எடுத்துக்கொள்ளவில்லை. Obviously, பாலசந்தர், பாரதிராஜா, பாலு மகேந்திரா போன்றவர்களைப் பற்றி கேள்விக்கே இடமில்லை.*

*3. அதிகபட்சம் இரண்டு படம் எடுத்தவர்கள் என்பதைத்தான் இளம் இயக்குநர்கள் என்பதற்கான அளவுகோலாக பயன்படுத்தி இந்த வரிசைப் பட்டியலைத் தயாரித்திருக்கிறேன்; வயதை அடிப்படையாகக் கொண்டு அல்ல.*

*4. இரண்டு படங்களுக்கு மேல் இயக்கி இவர்களில் சிலரைவிட வயது குறைந்த நல்ல இயக்குநர் பெயர்கள் விடுபட்டிருக்கலாம் (உதா: பாலா, அமீர், செல்வராகவன், சேரன், கௌதம், முருகதாஸ், சசி, சுசி கணேசன், ராதாமோகன், பாலாஜி சக்திவேல், தங்கர் பச்சான், காந்தி கிருஷ்ணா, சமுத்திரக்கனி, விஷ்ணுவர்தன், பிரபு சாலமன், சரண்).*

*5. வேறு யாரேனும் தவற விட்டிருந்தால் தெரியப்படுத்தவும்.*

*(செப்டெம்பர் 13, 2009)*

★

*கடந்த 32 வருடங்களில் ஆண்டுவாரியாகச் சிறந்த தமிழ்ப் படங்கள் இவை:*

*1977 - பதினாறு வயதினிலே*

*1978 - அவள் அப்படித்தான்*

*1979 - உதிரிப்பூக்கள்*

*1980 - வறுமையின் நிறம் சிகப்பு*

*1981 - தில்லுமுள்ளு*

*1982 - மூன்றாம் பிறை*

*1983 - சலங்கை ஒலி*

*1984 - தாவணி கனவுகள்*

*1985* - முதல் மரியாதை

*1986* - மௌன ராகம்

*1987* - நாயகன்

*1988* - அக்னி நட்சத்திரம்

*1989* - அபூர்வ சகோதரர்கள்

*1990* - அஞ்சலி

*1991* - தளபதி

*1992* - தேவர் மகன்

*1993* - ஜென்டில்மேன்

*1994* - மகாநதி

*1995* - பம்பாய்

*1996* - இந்தியன்

*1997* - இருவர்

*1998* - உயிரே

*1999* - முதல்வன்

*2000* - ஹே ராம்

*2001* - ஆளவந்தான்

*2002* - கன்னத்தில் முத்தமிட்டால்...

*2003* - பாய்ஸ்

*2004* - விருமாண்டி

*2005* - தவமாய் தவமிருந்து

*2006* - வேட்டையாடு விளையாடு

*2007* - பருத்தி வீரன்

*2008* - தசாவதாரம்

*(டிசம்பர் 8, 2009)*

★

*2001* முதல் *2010* வரை வெளியானவற்றுள் மிகச்சிறந்த திரைப்படங்கள் இவை:

1) நந்தலாலா - மிஷ்கின்

2) விருமாண்டி - கமல்ஹாசன்

3) தசாவதாரம் - கே.எஸ்.ரவிகுமார் / கமல்ஹாசன்

4) பாய்ஸ் - ஷங்கர் / சுஜாதா

5) பருத்தி வீரன் - அமீர்

6) சுப்ரமணியபுரம் - சசிகுமார்

7) கன்னத்தில் முத்தமிட்டால் - மணிரத்னம் / சுஜாதா

8) ரமணா - ஏ.ஆர்.முருகதாஸ்

9) ஆட்டோகிராஃப் - சேரன்

10) தவமாய்த் தவமிருந்து - சேரன்

பட்டியலில் இடம்பெறாவிட்டாலும் *worth-mention* திரைப்படங்கள் இவை:

1) அழகி - தங்கர்பச்சான்

2) காதல் - பாலாஜி சக்திவேல்

3) வெயில் - வசந்தபாலன்

4) கற்றது தமிழ் - ராம்

5) பூ - சசி

6) வெண்ணிலா கபடி குழு - சுசீந்திரன்

7) சென்னை 600028 - வெங்கட் பிரபு

8) வ குவாட்டர் கட்டிங் - புஷ்கர் / காயத்ரி

9) பொய் சொல்லப் போறோம் - விஜய்

10) இம்சை அரசன் 23ம் புலிகேசி - சிம்புத்தேவன்

(டிசம்பர் 31, 2010)

★

இன்றைய தேதியோடு ஒரு தசம ஆண்டு முடிகிறது. 2001 தொடங்கி 2010 வரையிலான பத்தாண்டுகளில் வெளியான சிறந்த பாடல் இசை கொண்ட 10 திரைப்படங்கள் இவை:

1) பிதாமகன் - இளையராஜா

2) புதுப்பேட்டை - யுவன்ஷங்கர்ராஜா

3) விருமாண்டி - இளையராஜா

4) காதல் கொண்டேன் - யுவன்ஷங்கர்ராஜா

5) பாய்ஸ் - ஏ.ஆர்.ரஹ்மான்

6) மின்னலே - ஹாரிஸ் ஜெயராஜ்

7) கன்னத்தில் முத்தமிட்டால் - ஏ.ஆர்.ரஹ்மான்

8) வாரணம் ஆயிரம் - ஹாரிஸ் ஜெயராஜ்

9) ரன் - வித்யாசாகர்

10) ஆட்டோகிராஃப் - பரத்வாஜ்

மேற்குறிப்பிட்ட பட்டியலில் இடம்பெறாவிட்டாலும் *worth-mention* வகையறா இவை:

1) காதல் - ஜோஸ்வா ஸ்ரீதர்

2) ஃபைவ்ஸ்டார் - பரசுராம் / அனுராதா

3) அஞ்சாதே - சுந்தர் சி. பாபு

4) ஆயிரத்தில் ஒருவன் - ஜி.வி.பிரகாஷ்குமார்

5) டிஷ்யூம் - விஜய் ஆண்டனி

6) சுப்ரமணியபுரம் - ஜேம்ஸ் வசந்தன்

7) டும்டும்டும் - கார்த்திக் ராஜா

8) ஆளவந்தான் - ஷங்கர் / எசான் / லாய்

9) தசாவதாரம் - ஹிமேஷ் ரேஸ்மையா

10) உன்னைப்போல் ஒருவன் - ஸ்ருதிஹாசன்

*(டிசம்பர் 31, 2010)*

★★★

# 22. சினிமா காக்டெய்ல்

ஆளவந்தான் படத்தில் ஒரு காட்சியில் நந்து கமலிடம் ஒருவன் கத்தியைக் காட்ட, அதை மதிக்காமல் தன்னிடமிருக்கும் அதை விடப் பெரிய கத்தியில் அவனைக் குத்தி விட்டு "என்னுது பெருசு" என்பார். அதை ஏதோ இரட்டை அர்த்த வசனம் என்பது போல் புரிந்து கொண்டு தியேட்டர் ஆர்ப்பரித்திருக்கும். கமல் சொல்ல வந்தது அதுவல்ல. மிருகங்கள் பொதுவாய்த் தம்மை விட பெரிய அளவில் இருப்பவற்றை, அல்லது பெரிய நகமோ, கொம்போ வைத்திருப்பவற்றுடன் சண்டையில் இறங்காது, இரையாகவும் கொள்ளாது. ஐந்தறிவு மிருக விதி! நந்து ஒரு மிருகம் (பாதி). அவனும் அப்படியான ஒரு புரிதலில்தான் தன் கத்தி மற்றவனுடையதை விடப் பெரிதாக இருந்த காரணத்தால்தான் குத்துகிறான். ஒருவேளை மற்றவன் பெரிய கத்தி வைத்திருந்தால் குத்தியிருக்க மாட்டான்.

படம் முழுக்கவும் இம்மாதிரி நந்து மிருகத்தனம் கொண்டவன் என்பது தொடர்ந்து வலியுறுத்தப்பட்டுக் கொண்டே இருக்கும். மனீஷாவை அவன் பாலியல் வல்லுறவு செய்யாமல் கொடூரமாய்க் கொலை மட்டும் புரிவது அதனால்தான். இறுதியில் தாயிடம் அடைக்கலம் புகத் தற்கொலை புரிவது கூட அந்த மிருகத்தனத்தின் ஒரு முகம்தான். அல்லது அங்கேதான் அவனுடைய முதல் மனிதத்தனம் எட்டிப் பார்க்கிறது என்றும் கொள்ளலாம். சமீபத்தில் ஒரு பேட்டியில் மாட்டுக்கறி உண்ணுவதை நிறுத்தியது பற்றிப் பேசிய போது தன்னை விடப் பெரிதாக இருக்கும் மிருகங்களைத் தான் உண்பதில்லை, மிருகங்கள் அப்படித்தான் என்று கமல் சொன்னதை இதோடு ஒப்பு நோக்கலாம்.

*(ஜனவரி 16, 2018)*

★

ஹேராம் படம் நாதுராம் கோட்ஸே மீது கோபம் ஏற்படுத்தியதா அனுதாபத்தையா?

இரண்டுமே இல்லை. அப்படத்தின் நோக்கம் காந்தி மீதான மரியாதையை அதிகரிப்பது. அதுவே நடந்தது. தன்னைக் கொலை செய்ய வருபவரையும் புரிந்து கொள்ளச் செய்து, மனம் திருந்தி, மன்னிப்புக் கேட்க வைக்கத் திராணியுள்ள வாழ்க்கை காந்தியுடையது. சாகேத்ராமுக்கு அது சாத்தியமானது, ஆனால் நாதுராம் அறிவுக்கு அது எட்டவில்லை. அதுதான் படம் சொன்ன செய்தி. அதுவே ஒரு கூரான பார்வையாளனுக்கு நிகழும் புரிதல். மற்றபடி சங்கிகளுக்கு மட்டும் கோட்ஸே மீது அனுதாபம் வந்திருக்கலாம்.

*(ஜனவரி 30, 2022)*

★

தமிழில் ட்ரெண்ட்செட்டர் படங்கள் எவை என யோசித்தேன். அதாவது ஒரு படம் வந்த பின் இவற்றைப் பின்பற்றி ஏராளப் படங்கள் எடுக்கப்பட்டன என்பது மாதிரியானவை.

1) பராசக்தி *(Dialogue-centric)*

2) புதிய பறவை *(Richness, colour)*

3) 16 வயதினிலே *(கிராமியம்)*

4) ஒரு தலை ராகம் *(கல்லூரிக் காதல்)*

5) முரட்டுக்காளை / சகலகலாவல்லவன் *(மசாலா)*

6) சம்சாரம் அது மின்சாரம் *(குடும்பச் சிக்கல்கள்)*

7) கரகாட்டக்காரன் *(Music driven)*

8) புலன் விசாரணை / கேப்டன் பிரபாகரன் *(போலீஸ்)*

9) ஆடி வெள்ளி *(அம்மன் revenge)*

10) ஜெண்டில்மேன் *(பிரம்மாண்டம்)*

11) சின்னக் கவுண்டர் *(பஞ்சாயத்து)*

12) சிங்காரவேலன் *(Stalking, double meaning)*

*13) காதல் கோட்டை (காதல் refreshed)*

*14) அமைதிப்படை / மக்களட்சி (அரசியல்)*

*15) பாட்ஷா (Heroism redefined)*

*16) உள்ளத்தை அள்ளித்தா (நகைச்சுவை)*

*17) இந்தியன் (தொடர் கடத்தல் / கொலை)*

*18) வல்லரசு (Racy screenplay, twists)*

*19) சேது (Negative shade hero)*

*20) அழகி (யதார்த்தப் படங்கள்)*

*21) துள்ளுவதோ இளமை (மென்பாலியல்)*

*22) காக்க காக்க (Pleasant making)*

*23) சந்திரமுகி / முனி (பேய்)*

*24) பருத்தி வீரன் / சுப்ரமணியபுரம் (மதுரை based)*

*25) பீட்ஸா / சூது கவ்வும் (Script driven)*

*26) சுந்தர பாண்டியன் (சாதியம்)*

*27) மெட்ராஸ் (தலித் சினிமா)*

*(ஜூன் 10, 2020)*

★

ஒரு பாடலின் கலை உயரத்துக்கும் வணிக வெற்றிக்கும் யார் பங்களிப்பு மிக அதிகம்? என் புரிதலில் பிரதானமாக இசையமைப்பாளரே. அதற்கு அடுத்தபடி பாடகர், கடைசியாகத்தான் பாடலாசிரியர். நானே ஓர் எழுத்தாளன்தான் என்றாலும் பாடலில் எழுத்தின் பங்கு இசைக்கும் குரலுக்கும் அடுத்தபடிதான். சினிமாவில் வசனத்துக்கு உண்டான அதே முக்கியத்துவம்தான் ஒரு பாடலில் வரிகளுக்கும். விதிவிலக்காக வரியால் கலாப்பூர்வம் எய்திய மிகச் சில பாடல்கள் இருக்கலாம். இன்னொரு விஷயம் ஒன்றுக்கும் மேற்பட்ட பாடகர்கள் பாடலைப் பாடினால் அதிலும் மேற்சொன்ன வரிசையில் ஒருவர் மேலே, மற்றவர் கீழே என்று இருப்பார்.

எஞ்சாயி எஞ்சாமி பாடல் விஷயத்துக்கு வருகிறேன். அப்பாடலுக்கு (என் தனிப்பட்ட ரசனையில்) இந்த வரிசையை எழுதினால் இப்படி வரும்: 1) இசை 2) தீயின் குரல் 3) அறிவின் வரி 4) அறிவின் குரல். இதில் இசை யார் என்பது எனக்குத் தெளிவாகத் தெரியவில்லை. சமீப செஸ் ஒலிம்பியாட் சர்ச்சையில் சந்தோஷ் நாராயணனும் அதைத் தன் இசை என்கிறார், அறிவும் அப்படியே சொல்கிறார். பாடலின் அதிகாரப்பூர்வ யூட்யூப் வெர்ஷனில் *Composer* என்று எந்தப் பெயரும் இல்லை. *Produced By* என்று சந்தோஷ் நாராயணன் பெயர் குறிப்பிடப்பட்டிருக்கிறது. ஆர்க்கெஸ்ட்ராவை நிர்வகித்து பாடலைப் பதிவு செய்த உருவாக்குனர் என்றே அதைப் புரிந்து கொள்கிறேன். இசைக் குறிப்பு எழுதியது *(Composed By)* யார் எனக் குறிப்பிடவில்லை. அது ஏன் எனப் புரியவில்லை. பொதுவாக இரண்டு காரணங்கள் இருக்கும். ஒன்று அது பலருடைய கூட்டு முயற்சியில் உண்டானது. அல்லது முகமற்ற ஒருவரின் இசை. இப்பாடல் விஷயத்தில் அது கூட்டு முயற்சி என்றே புரிந்து கொள்கிறேன். (சினிமாவில் இசை அமைக்கவில்லை, பாடல் எழுதியிருக்கிறார், பாடியிருக்கிறார் என்றாலும் அறிவுக்கும் தெருக்குரல் என்ற ஆல்பத்துக்கு இசையமைத்த முன் அனுபவம் உண்டு.)

இன்னும் சொன்னால் பாடல் வரிகள் *(Lyrics)* எழுதியது அறிவு என்பதும் கூட அதில் குறிப்பிடப்படவில்லை. அறிவின் பெயர் அதில் என்னவென வருகிறது? *“Artist: Dhee Ft. Arivu”* எனப் போட்டிருக்கிறார்கள். *Ft.* என்றால் *Featuring* என்று பொருள். அதாவது ஒரு பாடலில் பிரதானமாகப் பங்காற்றிய கலைஞருடன் *guest performer*-ஆகப் பங்காற்றிய ஒருவரைக் குறிக்க உண்டான பிரயோகம். ஆக, அதிகாரப்பூர்வமாகவே, ஆரம்பம் முதலே அறிவின் பங்களிப்பை இரண்டாம்பட்சம் என்றே சொல்லி இருக்கிறார்கள். இது தவறு / பொய் என்றால் பாடல் வந்த போதே அறிவு இதை ஏன் ஆட்சேபிக்கவில்லை எனப் புரியவில்லை. (பாடல் பெருவெற்றி பெற்ற பின் பாடல் குறித்த ஓர் ஆங்கில இதழின் அட்டைப்படத்தில் தீயின் படம் மட்டும் போட்ட போதுதான் முதன்முதலில் அறிவு பேசினார் என நினைவு. இப்போது செஸ் ஒலிம்பியாட் சமயத்தில் மறுபடி.)

எஞ்சாயி எஞ்சாமி ஆரம்பம் முதலே என் மனதில் தீயின்

பாடலாகவே பதிந்திருக்கிறது. அதற்கு அவரது தனித்துவமான குரல் காரணமாக இருக்கலாம். பாடல் வீடியோவில் அவரே முன்னிலைப்படுத்தப் படுவதும் காரணமாக இருக்கலாம். இன்று பாடலின் ஒரிஜினல் வடிவம் மற்றும் செஸ் ஒலிம்பியாட் வடிவம் இரண்டையும் கேட்டேன் (லிங்க் கமெண்ட்டுகளில்). யாரென்றே தெளிவில்லாத அந்த இசையமைப்பாளரை ஒதுக்கிவிட்டுப் பார்த்தால் தீதான் இன்னும் முன் நிற்கிறார்.

*(ஆகஸ்ட் 4, 2022)*

★

நம் ஆட்கள் மலையாள சினிமாவை அணுகுவதில் எப்போதும் இரு அதீத முனைகள்தாம் பார்க்கிறேன். ஒன்று மிகைப் புகழ்ச்சி; மற்றது ஒன்றுமே இல்லை என நிராகரித்தல்.

**என் கருத்து:** ஒட்டுமொத்தமாகப் பார்த்தால் மலையாள சினிமா தமிழ் சினிமாவை விட முன்னேதான் இருக்கிறது. அதற்கு முக்கியக் காரணம் உள்ளடக்கம். அவர்கள் எடுத்துக் கொள்ளும் *unconcentional themes*. உதாரணமாக *Kala, Nna Thaan Case Kodu* போன்றவை எல்லாம் தமிழ் சினிமாவில் இன்னும் பல காலம் ஆனாலும் எடுக்க மாட்டோம். அவர்கள் ஜனரஞ்சகமாக எடுக்கும் *Bro Daddy* மாதிரி படங்கள் கூட சிறப்பாக இருக்கின்றன. இன்னொரு விஷயம் சிறப்பான நடிகர்கள். அது படத்துடன் நம்மை ஒன்ற வைக்கிறது. அடுத்தது ஒளிப்பதிவு, இசை போன்ற விஷயங்களிலும் சிறிய பட்ஜெட்டிலேயே பிரமாதப்படுத்துகிறார்கள். அவர்களின் நல்ல படங்களில் ஒரே பிரச்சனை படத்தின் சூழலைக் *(premise)* கட்டமைக்கவே அரை மணி நேரம் எடுக்கிறார்கள்; அப்புறம் கலை என்ற பெயரில் அனாவசிய நீள ஷாட்கள். அவை சில சமயம் பொறுமையைச் சோதிக்கின்றன. அது போல் சில ஆக்கம் மற்றும் திரைக்கதைப் பிரச்சனைகளைச் சகித்தால் அது ஒரு பிரமாதப் படைப்புலகம். இன்னொரு பக்கம் மலையாளத்தில் மசாலா படங்களை மிக மோசமாக எடுக்கிறார்கள் என்பதை மறுக்கவில்லை. சில படங்களில் தமிழர்களை அவமதிக்கிறார்கள் என்பதும் உண்மையே.

ஆனால் தமிழ் சினிமாவில் நாம் இவ்வளவு விரிவான தளங்களை *explore* செய்வதே இல்லை. மிக அரிதாகவே வித்தியாசமான கதைக்

களங்கள் அமைகின்றன. நாம் தமிழில் சிறந்த படங்கள் என்று சிலாகிப்பவற்றில் கணிசமானவை வழக்கமான கதைக் களத்தில் அமைந்த படங்களே. சிலவற்றில் திரைக்கதை நன்றாக அமையும். இன்னும் சில படங்கள் ஒடுக்கப்பட்டோர் வாழ்வியலைக் காட்டியே சிறந்த படம் என்ற லேபிளை வாங்கிக் கொள்கின்றன. மிக அரிதாகவே இங்கே சிறப்பான நடிகர்கள் அமைகிறார்கள். நமது பிரதான பலம் தொழில்நுட்பம் மற்றும் பிரம்மாண்டம் மட்டுமே - அவற்றிலும் கூடத் தெலுங்கும், இந்தியும் நம்மைத் தொடர்ச்சியாக முந்திக் கொண்டே இருக்கின்றன.

ஆம், தமிழ் சினிமா மலையாள சினிமாவில் இருந்தும் அதன் நடிகர்களிடம் இருந்தும் கற்றுக் கொள்ள நிறைய இருக்கிறது. இன்னொன்று மிகப் பெரும்பாலும் அவர்கள் படங்களுக்குக் கதை, திரைக்கதை, வசனம் எழுதவென்று தனியாக எழுத்தாளர்கள் வைத்துக் கொள்கிறார்கள். படங்களின் உள்ளடக்கத்தின் புத்தன்மைக்கும் *(freshness)* நம்பகத்தன்மைக்கும் அவர்கள் அவ்வளவு முக்கியத்துவம் தருகிறார்கள். இன்னொன்று அவர்கள் ஒப்பீட்டளவில் சிறிய பட்ஜெட்டில் படம் எடுக்கிறார்கள். அதனால் ஒரு சினிமாவின் தோல்வி அவர்களை ஃபார்முலா மசாலா சினிமா பக்கம் திருப்புவதில்லை.

நம் மொழியை விட்டுக் கொடுப்பதா என்று அபத்தமாக யோசிக்காமல் உள்ளதில் நல்லதைப் பாராட்டுவதே நேர்மை. அதுவே தமிழ் சினிமாவையும் உயர்த்தும்.

*(பிப்ரவரி 26, 2023)*

★

நம் இயக்குநர்கள் (அல்லது நடிகர்கள்) வட இந்திய நடிகைகளைத் தமிழ்ப் படத்தில் அமர்த்துவது இரண்டு காரணங்களால்: ஒன்று வெள்ளைத் தோல், இரண்டு அவர்களை நடிக்க வைப்பது *elite* கௌரவமாகக் கருதப்படுகிறது, படத்துக்கு ஒரு *premium* தன்மை வந்து விடுவதாக எண்ணுகிறார்கள். தமிழ் நாட்டு ஆண் ரசிகர்களுக்கும் வடக்கத்திய நடிகைகள் மீது மேலதிகமான ஓர் ஈர்ப்பு இருக்கிறது.

ஆனால் மலையாள நடிகைகளிடம் நம் ஆட்கள் போக என்

புரிதலில் இரண்டே காரணங்கள்: 1) அழகு / உடல்வாகு 2) திறமை. இந்த இரண்டின் அடிப்படையிலும் நடிகையர் தேர்வு செய்வது தவறில்லைதான். மற்றபடி, தமிழ் நடிகைகள் மாடலிங், விளம்பரம், சீரியல், மீடியா எனக் கீழ் மட்டத்திலாவது இவ்விரு தகுதிகளுடனும் உருவாகி வந்தால் நிச்சயம் அவர்களுக்கே முக்கியத்துவம் தருவார்கள் - குறைந்தது சீரியஸ் இயக்குநர்கள் அவர்களையே பொருட்படுத்துவார்கள். ஐஸ்வர்யா ராஜேஷ், துஷாரா விஜயன், ப்ரியா பவானிசங்கர் போன்றோர் உதாரணங்கள். எனவே மலையாள நடிகைகள் விஷயத்தில் கௌரவம், தோல் நிறம் இரண்டும் பங்காற்றவில்லை.

என் பிறப்பு எதுவாக இருந்தாலும் நான் ஒடுக்கப்பட்டோரின் பக்கம் நிற்கவே விரும்புகிறேன், நிற்கிறேன். ஏனெனில் என் சிந்தனை என் பிறப்பு சார்ந்தது அல்ல. அது நான் சுதந்திரமாக என் வாசிப்பின் வழி, என் அனுபவங்களின் வழி கண்டடைந்தது, அவற்றின் மீதான உள்மன விவாதங்களின் வழி கூர்மையடைந்தது. அதாவது நான் ஒடுக்கப்பட்டவனாக இருந்தாலும், இல்லை என்றாலும் என் புரிதலில், நிலைப்பாடுகளில் எந்த வித்தியாசமும் இல்லை. இதைத் தாண்டி என் மீது, என் கருத்துக்கள் மீது அவசரமாக, அசட்டுத்தனமாக ஒரு முத்திரை குத்தி நிம்மதியுற விழைவோர் மீது எனக்கு எந்த அக்கறையும் மதிப்பும் இல்லை. அது அவர்களின் உளச்சிடுக்கு மட்டுமே.

*(ஆகஸ்ட் 25, 2024)*

★

நம் தமிழ்ச் சமூகம் பேசுபொருளுக்காகச் சுமாரான திரைப்படங்களைக் காவியமாகப் பாராட்டி வைத்திருக்கிறது. பிரதான ஊடகங்கள், சமூக வலைதளங்கள் இரண்டிலும் இந்த ஆட்டு மந்தைப் போக்கைக் காணலாம். கலைக்குக் கருத்து இரண்டாம் பட்சம் என்ற அடிப்படை நுண்ணுர்வு அற்ற பார்வை கொண்டோரின் அதிகார விளைவு இது.

உதாரணமாக அத்தகு படங்களுக்கு ஆனந்த விகடன் மதிப்பெண்களைப் பார்ப்போம்:

*விசாரணை - 61*

*அறம் - 60*

*காக்கா முட்டை - 60*

*மேற்கு தொடர்ச்சி மலை - 60*

*பரியேறும் பெருமாள் - 58*

*அருவி - 55*

*அசுரன்- 55*

*கர்ணன்- 54*

அத்தனையுமே சுமாரான படங்கள். வெளியாகி சில ஆண்டுகளே ஆகி இருந்தாலும் இன்று யாருமே இவை பற்றி ஏதும் பேசுவதில்லை. மறதி என்பது சுமாரான படத்தின் கல்யாண குணம். யார், எவ்வளவு முட்டுக் கொடுத்துச் செயற்கையாக உயர்த்திப் பிடித்தாலும் நல்ல கலை மட்டுமே நீடித்து நிற்கும். உதாரணமாக, நாயகன், குருதிப்புனல், ஹே ராம், மகாநதி என அசலாகவே சிறந்த படங்கள் யாவும் கால் நூற்றாண்டு கடந்து இன்றும் ஆகச் சிறந்த கலைப் படைப்புகளாக நிற்கின்றன!

வாழை படத்துக்கும் விகடனில் எப்படியும் 50 மதிப்பெண்ணாவது தருவார்கள். :-)

*(ஆகஸ்ட் 25, 2024)*

*(வாழை படத்துக்கு விகடன் 56 மதிப்பெண் தந்து உச்சி மோந்து பாராட்டியது.)*

★★★

# 23.மெல்லினம் விருதுகள் - 2011

*(மெல்லினம் என்பது ஆஸ்திரேலியாவிலிருந்து 2010களில் தொடக்கத்தில் வழவழ தாளில் வந்த மாத இதழ். அதில் ஆனந்த விகடன் பாணியில் சினிமா, எழுத்து, தொலைக்காட்சி ஆகிய மூன்று துறைகளிலும் விருதுகள் தேர்ந்தெடுத்துத் தரச் சொல்லி நண்பர் ஹரன் பிரசன்னா கேட்டுக் கொண்டதன் பேரில் நான் பட்டியலிட்டுக் கொடுத்தவை. இவற்றில் சினிமாவும் எழுத்தும் என் நேரடி ரசனை. தொலைக்காட்சி என் மனைவி உள்ளீடுகளின் படி மேலோட்டமாய் நான் கவனித்துணர்ந்ததன் அடிப்படையில் தீர்மானித்தவை.)*

**சினிமா**

*சிறந்த படம்: ஆரண்ய காண்டம் (எஸ்.பி.பி. சரண்)*

*சிறந்த பொழுதுபோக்கு படம்: கோ (ஆர்எஸ் இன்ஃபோடெய்ன்மெண்ட்)*

*சிறந்த இயக்குநர்: வெற்றிமாறன் (ஆடுகளம்)*

*சிறந்த கதை: வாகை சூட வா (சற்குணம்)*

*சிறந்த திரைக்கதை: பயணம் (ராதாமோகன்)*

*சிறந்த வசனம்: தியாகராஜன் குமாரராஜா (ஆரண்ய காண்டம்)*

*சிறந்த நடிகர்: விக்ரம் (தெய்வத்திருமகள்)*

*சிறந்த நடிகை: இனியா (வாகை சூட வா)*

*சிறந்த துணை நடிகர்: வ.ஐ.ச. ஜெயபாலன் (ஆடுகளம்)*

*சிறந்த துணை நடிகை: லக்ஷ்மி ராமகிருஷ்ணன் (யுத்தம் செய்)*

*சிறந்த நகைச்சுவை நடிகர்: சந்தானம் (சிறுத்தை)*

சிறந்த குழந்தை நடிகர்: பேபி சாரா (தெய்வத்திருமகள்)

சிறந்த வில்லன் நடிகர்: அஜித் குமார் (மங்காத்தா)

சிறந்த அறிமுகம்: ரிச்சா கங்கோபாத்யாய் (மயக்கம் என்ன)

சிறந்த இசை: ஜிப்ரான் (வாகை சூட வா)

சிறந்த பாடலாசிரியர்: மதன் கார்க்கி (என்னமோ ஏதோ - கோ)

சிறந்த பின்னணி பாடகர்: நான் சொன்னதும் (நரேஷ் ஐயர் - மயக்கம் என்ன)

சிறந்த பின்னணி பாடகி: சின்மயி (சரசர சாரைக்காத்து - வாகை சூட வா)

சிறந்த ஒளிப்பதிவு: மனோஜ் பரம்ஹம்சா (நடுநிசி நாய்கள்)

சிறந்த பின்னணி இசை: யுவன் ஷங்கர் ராஜா (ஆரண்ய காண்டம்)

சிறந்த படத்தொகுப்பு: ஆண்டனி (கோ)

சிறந்த நடன இயக்கம்: தினேஷ் குமார் (ஆடுகளம்)

சிறந்த சண்டைப்பயிற்சி: பீட்டர் ஹெயின் (7ஆம் அறிவு)

சிறந்த கலை இயக்கம்: பொன்னர் சங்கர்

சிறந்த ஆடை வடிவமைப்பு: வாகை சூட வா

சிறந்த ஒப்பனை: அவன் இவன்

சிறந்த திரை விமர்சகர்: சுரேஷ்கண்னன் (http://pitchaipathiram.blogspot.com/)

★

## எழுத்து

சிறந்த நாவல்: மாதொருபாகன் - பெருமாள்முருகன் (காலச்சுவடு)

சிறந்த சிறுகதைத்தொகுப்பு: விமலாதித்த மாமல்லன் கதைகள் (உயிர்மை)

சிறந்த கவிதைத்தொகுதி: இதற்கு முன்பும் இதற்குப் பிறகும் - மனுஷ்ய புத்திரன் (உயிர்மை)

*சிறந்த கட்டுரைத்தொகுதி: இன்றைய காந்தி - ஜெயமோகன் (தமிழினி)*

*சிறந்த அபுனைவு: உணவின் வரலாறு - பா. ராகவன் (கிழக்கு)*

*சிறந்த மொழிபெயர்ப்பு: நந்தை போன பாதையில் - மிஷ்கின் (வம்சி)*

*சிறந்த தொகுப்பு நூல்: வரலாற்றுச்சுவடுகள் (தினத்தந்தி)*

*சிறந்த பரிசோதனை முயற்சி திசைகாட்டிப்பறவை - பேயோன் (ஆழி)*

*சிறந்த இதழ்: ஊஞ்சல் (பட்டுக்கோட்டை பிரபாகர்)*

*சிறந்த சிற்றிதழ்: 361 பாகை (நரன் & நிலாரசிகன்)*

*சிரந்த மின்னிதழ்: தமிழ் பேப்பர் (http://www.tamilpaper.net/)*

*சிறந்த வலைப்பதிவு: தினம் ஒரு பா - என். சொக்கன் (http://365paa.wordpress.com/)*

★

**தொலைக்காட்சி**

*சிறந்த சேனல்: புதிய தலைமுறை*

*சிறந்த டிவி நிகழ்ச்சி: மக்களுக்காக (பாலிமர் டிவி)*

*சிறந்த தேடல் நிகழ்ச்சி: கவிஞர்களுக்கான தேடல் (ராஜ் டிவி)*

*சிறந்த நெடுந்தொடர்: தென்றல் (சன் டிவி)*

*சிறந்த டிவி நடிகர்: சஞ்சீவ் (திருமதி செல்வம் - சன் டிவி)*

*சிறந்த டிவி: நடிகை ஸ்ருதி (தென்றல் - சன் டிவி)*

*சிறந்த தொகுப்பாளர்: சிவகார்த்திகேயன் (அது இது எது - விஜய் டிவி)*

*சிறந்த தொகுப்பாளினி: திவ்யா (சூப்பர் சிங்கர் - விஜய் டிவி)*

*சிறந்த விளம்பரம்: ஒவ்வொரு ஃப்ரெண்டும் தேவை மச்சான் (ஏர்டெல்)*

*சிறந்த வீடியோ: Why This கொலவெறிடி? (தனுஷ், ஐஸ்வர்யா, அநிருத்)*

*(மெல்லினம், ஆஸ்திரேலியா - ஜனவரி 2012)*

★★★

# 24.என் வேலை இது அல்ல

சொன்னால் புரிந்து கொள்ளாதவர்களை என்னதான் செய்வது. இதற்காக கோபித்துக் கொண்டு நீங்கள் எனது வலைப்பதிவையே படிப்பதை நிறுத்தினாலும் சரி. எனக்கு அதில் எந்த சுவாரசியமோ, கவலையோ இல்லை. ஹிட்ஸ் வர வேண்டும் என்பதற்காக எழுதிய காலமெல்லாம் (பாரதிராஜாவுக்கு வாலிபமே வா வா மாதிரி) மலையேறி விட்டது. நான் வளர்ந்து விட்டேன் என்று சொல்லவில்லை. புகழ் மாதிரியான ஜிகினா சமாச்சாரங்களின் தேவை மற்றும் இடம் குறித்த புரிதலாக இதைக் கொள்ளலாம்.

இப்போது இது மாற்று சிந்தனைகளைப் பகிரும் ஒரு தளம் மட்டுமே.

ஆக, தயவு செய்து மூன்று விஷயங்களை என்னிடம் பேசாதீர்கள் / கேட்காதீர்கள் / செய்யாதீர்கள். ஒன்று "உங்களுக்குப் பிடிக்கவில்லையென்றால் நல்ல படம் இல்லையென்றாகி விடுமா?" என்கிற அறிவுஜீவித்தனமான கேள்வியைக் கேட்பது. இரண்டாவது "அந்த படம் சூப்பர் ஹிட், அதைப் போய் மொக்கை என்று நிராகரிக்கிறீர்களே" என்று ஆதங்கப்படுவது. மற்றொன்று ஏ.ஆர்.ரஹ்மானுக்காக பரிந்துகொண்டு அவரது அருமை பெருமைகளை எனக்கு எடுத்துரைப்பது.

முதலாவது முதலில். அந்த அறிவுஜீவித்தனமான கேள்விக்கு எனது பதில் "ஆம்." எனக்கு பிடித்த படம்தான் என்னைப் பொறுத்தவரை சிறந்த படம். எனக்கு மட்டுமல்ல; எல்லோருக்குமே அப்படித்தான் இருக்கும் - இருக்க வேண்டும். அதை விட்டு விட்டு, "அடுத்தவன் ஹே ராமை சிறந்த படம் என்கிறான்; அவன் சிறந்த திரை விமர்சகன் என்று வேறு பெயரெடுத்தவன்.

எனக்கு ஆனால் எப்படிப் பார்த்தாலும் வேட்டைக்காரன்தான் பிடிக்கிறது. அதனால் வே.கா.வை பிடித்த படம் என்றும், ஹே.ரா. வை சிறந்த படம் என்றும் சொல்லிக் கொள்வோம்" என்று முடிவு செய்தீர்களேயானால் அதற்கு மிகச்சுலபமாய் தமிழில் ஒரு பெயர் இருக்கிறது. "விபச்சாரம்."

பொதுவாய்ப் பார்த்தால், நீங்களோ நானோ யாருமே அதை செய்ய விரும்ப மாட்டோம். ஆனால் அறிந்தோ அறியாமலோ பலர் அதைத்தான் நேர்த்தியாக செய்து வருகிறார்கள். எனக்கு அப்படி நிலைப்பாடு எடுப்பதில் (அதாவது பிடித்த படம் வேறு; சிறந்த படம் வேறு என்று பிரித்துக் கொள்வது) நிறைய தர்க்க ரீதியான பிரச்சனைகள் இருக்கின்றன. அதனால் தெளிவாக, மிகத்தெளிவாக சொல்கிறேன் - "எனக்குப் பிடித்த படம்தான் என்னைப் பொறுத்த வரை சிறந்த படம்." ஒவ்வொரு படத்தைப் பற்றி எழுதுகையிலும் இதை நான் *Disclaimer* மாதிரி சொல்லிக் கொண்டிருக்க முடியாது.

நேர்மையாய்ச் செயல்படும் எல்லாப் பதிவர்களுமே / எழுத்தாளர்களுமே இதைத்தான் செய்து வருகிறார்கள் - அதாவது அவர்களுக்குப் பிடித்ததைத்தான் சிறந்தது என்று சொல்கிறார்கள்; பிடிக்காததைக் குப்பை என்றும். அவர்களுடன் என்னைக் கேள்வி கேட்பவர்களுக்கு ஒத்துப் போயிருக்கலாம்; அதனால் இந்தப் பிரச்சனை வரவில்லை போலும். தவிர, நான் நினைப்பதைத்தான் - அதை மட்டும்தான் - நான் எழுத முடியும். நீங்கள் நினைப்பதையோ, உங்களுக்குப் பிடித்ததையோ அல்ல.

இரண்டாவது விஷயத்திற்கு வருவோம். ஒரு திரைப்படத்தின் வணிகரீதியிலான வசூல் என்ன, எத்தனை நாள் ஹவுஸ்ஃபுல்லாய் ஓடியிருக்கிறது, பெரும்பான்மையோருக்கு எது பிடித்திருக்கிறது என்பதைப் பற்றியெலாம் ஆராய்ந்து எழுத நான் சினிமா பிஆர்ஓவோ, சர்வே எடுப்பவனோ அல்ல. அதனால் ஒரு ஹிட் படத்தோடு என்னுடைய விமர்சனம் ஒத்துப் போக வேண்டும் என்று நீங்கள் எதிர்பார்ப்பதே ஒரு விதமான அராஜகமாகப் படவில்லையா? (சாருவின் பாஷையில் சொன்னால் ஃபாஸிசம்.)

சந்திரமுகி வெற்றிப் படம்தான். ஆனால் என்னைப் பொறுத்தவரை, அதைப் போன்றதோர் ஆகச்சிறந்த குப்பையை தமிழ் சினிமா

சரித்திரத்திலேயே காண முடியாது. இதற்கு அர்த்தம் நான் வெற்றிபடங்களுக்கு அல்லது ரஜினிக்கு எதிரானவன் என்பதல்ல. தில்லுமுள்ளு, தளபதி முதல் பாட்ஷா, படையப்பா வரை பல ரஜினி படங்களை சிலபல விமர்சனங்களுடன் ரசித்தவன்தான். இன்றும் முதல் நாள் முதல் ஷோ படம் பார்க்கும் அதே ரஜினி ரசிகன்தான். ஆனால் அது வேறு விமர்சன நேர்மை வேறு. படம் ஹிட்டா இல்லையா என்ற கவலை விமர்சனப் பிராந்தியத்துக்குள் வருவதேயில்லை என்பதுதான் நான் சொல்ல வருவதன் மையக்கருத்து.

கடைசியாக ஏ.ஆர்.ரஹ்மான். இப்படி அர்த்தமில்லாமல் கண்மூடித்தனமாகப் புகழப்படுவதில் ரஹ்மானுக்கே உடன்பாடு இருக்காது என நம்புகிறேன். இது தொடர்பாய் என்னைக் கேள்வி கேட்ட எந்த ஆசாமிகளை விடவும் நான் ரஹ்மானின் மிகச்சிறந்த ரசிகன் என்பேன். காரணம், கேள்வி கேட்டவர்களில் 99% பேர் ரஹ்மானின் ஆஸ்கர், கிராமி மற்றும் சர்வதேசத் தன்மைக்காக ஒரு முறை மட்டும் பாடல்களை மேம்போக்காகக் கேட்டு விட்டு அல்லது அதைக்கூட செய்யாமல் “இந்த வருடத்தின் சிறந்த ஆல்பம் வி.தா.வ.“ என்று கொஞ்சம் கூட கூச்சமே இல்லாமல் புளுகுகின்றனர்.

அது நிஜமாகவே இருக்கும் பட்சத்தில் கூட அதை நேரடியாக ஆராய்ந்து ரசித்து உணராமல் ரஹ்மான் என்கிற ப்ராண்ட் நேமிற்காக ஜல்லியடிப்பது எத்தனை அயோக்கியத்தனமானது என யோசித்துப்பாருங்கள் (பீஸ்ஸா ஹட் அட்டைப் பெட்டிக்குள் பீயை உருட்டி வைத்து விற்றாலும் உண்டு மகிழும் உலகமிது என்று என் நண்பனொருவன் சொன்னது இங்கு நினைவுக்கு வருகிறது). “நான் ரஹ்மானைக் கேட்கிறவன். யூத். புத்திசாலி. சர்வதேச சங்கதிகளின் ஆசாமி“ என்கிற அல்பத்தனமான பிரகடனம்தான் அதிலிருக்கிறது. பரிதாபமாக இருக்கிறது.

இசைப்பரப்பில் ரஹ்மானின் இடத்தை நான் என்றுமே நிராகரித்தவனில்லை. இளையராஜாவுக்கு அடுத்த நிலையில் அதிக ஆச்சரியங்களைத் தந்தவரும், அவரைத் தாண்டிச் செல்லும் அளவுக்கு இன்றைக்கு இந்தியாவிலேயே திராணியுள்ள ஒரே ஆளும் ரஹ்மான்தான் (ஆனால் ஸ்லம்டாக், வி.தா.வ. போன்ற தரங்களில் அவரது பயணம் தொடர்ந்தால் அது சாத்தியமேயில்லை என்பது

வேறு விஷயம்). அவரது அத்தனை திறமைகளும் புரிந்து ஒவ்வொரு விஷயத்தையும் கவனத்துடனேயே முன்வைக்கிறேன் - அதுவும் எதிர்மறை விஷயமெனில் நன்கு யோசித்த பிறகே.

அதனால் புதிதாய் ஏ.ஆர்.ரஹ்மான் பற்றி யாரும் எனக்கு வகுப்பெடுக்க வர வேண்டாம் என்பதே எனது தாழ்மையான வேண்டுகோள். இன்னும் சொல்லப்போனால் அவரைப் பற்றி எழுதுங்கால், என் மொழி லேசாய் கடுமையடைவதற்குக் காரணம் கூட அவரோ அவரது இசையோ அல்ல. அளவுக்கு மீறி அவரைப் புகழும் ஆட்டு மந்தைக் கூட்டத்துக்கு அதைப் படித்தாவது சுரணை வரும் என்பதற்காகத்தான் (இவ்விஷயத்தில் பாலாஜி என்பவர் மட்டும்தான் தர்க்கம் நிரம்பிய ஒரு கூற்றை முன்வைத்திருந்தார்; மற்ற யாவரும் ரஹ்மானின் அடியாள் மாதிரிதான் பேசினார்கள்).

யாரும் என்னை எதிர்க்கக்கூடாது என்பதல்ல என் நிலைப்பாடு. ஒரு வகையில் பாராட்டுக்களைக் காட்டிலும் எதிர்ப்புகள்தாம் என்னை யோசிக்க வைக்கின்றன. வழிப்படுத்துகின்றன. தவிர, என் தனிதன்மையாக நான் எண்ணுவனவற்றை இந்த எதிர்ப்புகள்தாம் உறுதி செய்கின்றன. ஆனால் அடிப்படையில் எந்த எதிர்ப்பிலும் குறைந்தபட்ச நேர்மையும், தொடர்புடைய தர்க்கமும் இருக்க வேண்டும் என்கிறேன். இல்லாவிடில் அது வெறும் பொறாமை, பொச்சரிப்பு, வயிற்றெரிச்சல், வாயுத்தொல்லை சமாச்சாரம்தான். ஒரே வார்த்தையில் சொல்வதானால் அவதூறு.

சில சமயம் சினிமாவைப் பற்றி எழுதுவதையே நிறுத்தி விடலாமா எனத் தோன்றுகிறது.

*(மார்ச் 4, 2010)*

★

தமிழ் திரைப்படங்களுக்கான விருதுகளை 2002ம் ஆண்டு கல்லூரி சேர்ந்தது தொடங்கி கடந்த 14 ஆண்டுகளாகக் கொடுத்து வருகிறேன். அப்போது வலைதளம் கூட இல்லை. அதனால் நோட்டுப் புத்தகத்தில் எழுதி நண்பர்களுடன் பகிர்ந்து கொள்வேன். அந்த ஆர்வம் குறையவே இல்லை. இந்த வேலை ஆண்டிறுதி வாரத்தின் கணிசமான நேரத்தை எடுத்துக்கொள்ளும். சில

சமயம் ஒரு விருதுக்காக பல மணி நேரம் யோசிக்க வேண்டி இருக்கும், மீண்டும் படங்களை முழுக்க அல்லது பகுதியாகப் பார்க்க வேண்டி இருக்கும்.

பிறகு 2008 முதல் என் வலைதளத்திலும் தமிழ் பேப்பர் இணைய இதழிலும் அறிவித்து வந்தேன். கடந்த ஆண்டு தமிழ் மின்னிதழில். தற்போது சமூக வலைதளங்களில் சினிமாக் காரர்களின் இருப்பு பெருகி விட்டதால் இம்முறை சம்மந்தப்பட்டவர்களுடன் விருதுத் தகவலைப் பகிர்ந்து கொண்டால் என்ன எனத் தோன்றியது. பட்டியல் தயாரான பின் தேர்ந்தெடுக்கப்பட்டவர்கள் (இளையராஜா, கமல் ஹாசன் போன்ற சிலர் தவிர்த்து) ஃபேஸ்புக்கை விட ட்விட்டரில்தான் அதிகம் உள்ளனர் எனத் தெரிந்தது. அதனால்தான் ட்விட்டரில் ஒவ்வொரு விருதாக அறிவித்து விட்டு அந்த ட்வீட்களைத் தொகுத்து வலைதளத்தில் தனிப்பதிவாக வெளியிட்டேன். விருதுகள் பற்றி என் *integrity*-யைக் கேள்விக்குள்ளாக்கும் வகையில் வந்த எதிர்வினைகளுக்குப் பதிலளிக்கிறேன்.

1) எப்போதும் ஆண்டின் சிறந்த படம் ஒன்றுதான். அது மசாலா சினிமாவா மாற்று சினிமாவா எனப் பிரிப்பதில்லை. பெரும்பாலான சமயங்களில் என் பட்டியலில் அப்படம் ஒரு மாற்று சினிமாவாக இருந்து, அது தவிர்த்து அவ்வாண்டு ஓர் அற்புதமான மசாலாப் படமும் வெளிவந்திருக்கும். அப்போதெல்லாம் பொழுதுபோக்குப் படம் என்ற பிரிவை நுழைத்து அந்த மசாலாப் படத்தையும் அங்கீகரிப்பது வழக்கம். இம்முறை *unquestionably* தனி ஒருவனே சிறந்த படம். அது போக காக்கா முட்டை, குற்றம் கடிதல் போன்ற மாற்று சினிமாக்கள் இருந்தன. அதனால் சிறந்த மாற்றுப் படம் என்ற பிரிவை நுழைத்தேன்.

2) சிறந்த நடிகர் பிரிவில் உத்தம வில்லன் கமலையும் (மனோரஞ்சன் பாத்திரம்) ஐ விக்ரமையும் இறுதி செய்திருந்தேன். இதில் நடிப்பை வைத்துப் பார்த்தால் கமலே முன்னணி. விக்ரமின் நடிப்பு உண்மையில் அவர் மேக்கப் தாண்டி கண்டுபிடிக்க முடியவில்லை என்பதே பிரச்சனை. ஆனால் ஐ படத்திற்கான அவர் உழைப்பும் அர்ப்பணிப்பும் மகத்தானது என்பதால் சிறப்பு பரிசை அவருக்கு அறிவித்தேன்.

3) ருத்ரமாதேவிக்கு சிறந்த பின்னணி இசை என்பது பற்றிய பரவலான விமர்சனங்கள் / கேலிகள். அதில் எத்தனை பேர் ருத்ரமாதேவி பார்த்து விட்டுப் பேசுகின்றனர் எனத் தெரியவில்லை. பார்த்தவர்கள் மட்டும் வேறு தகுதியான படம் எது எனச் சொல்லலாம். (இறுதிப் பட்டியலில் அதோடு இருந்தவை ஓ காதல் கண்மணி மற்றும் உத்தம வில்லன்.)

4) சிறந்த விமர்சகர் என்ற பிரிவில் கடந்த சில ஆண்டுகளாக விருது வழங்கி வந்தேன். அப்பிரிவில் ஒருவருக்கு ஒரு முறைதான் விருது என்ற விதி வைத்துக் கொண்டிருப்பதால் ஏற்கெனவே பெற்ற சுரேஷ்கண்ணனுக்குக் கொடுக்க முடியவில்லை. அவர் தவிர்த்து வேறு விமர்சகர்கள் கண்ணில் படவில்லை. முரளிகண்ணன் எழுத்துக்களை விமர்சன வகைமையில் சேர்க்க முடியவில்லை. அதனால் அவ்விருது இம்முறை இல்லை.

ஆதரவிற்கும் விமர்சனங்களுக்கும் நன்றி. அடுத்த ஆண்டு விருதுகளில் பேசுவோம்.

*(ஜனவரி 3, 2016)*

★★★

# பகுதி – 3

# இன்ன பிற...

# 25. ({})

யோனி என்பது *black hole*. பிரபஞ்சத்தின் அத்தனை பிரம்மாண்டங்களையும் உள்ளே இழுத்து விழுங்கிக் கொண்டிருந்தாலும் எந்த ஆர்ப்பாட்டமும் இன்றி மந்தகாசமாய் மௌனித்திருக்கும் சங்கதி. என் முதல் கவிதைத் தொகுப்பான பரத்தை கூற்று நூலுக்கு முதலில் யோனி என்றே பெயர் சூட்ட எத்தனித்தேன். பிறகு கவிஞர் மகுடேசுவரன், பதிப்பாளர் பொன்.வாசுதேவன் எச்சரிக்கையின் பேரில் தவிர்த்தேன். அத்தொகுதிக்கு அப்பெயர் அத்தனை பொருத்தம் என்பதைத் தாண்டி அதன் மீது அவ்வளவு ஈர்ப்பு எனக்குண்டு. அது சரி, ஆண்களில் யோனியை விரும்பாதவர் எவரேனும் உண்டா!

இரு வாரங்கள் முன் *Alliance Franaise de Bangalore*ல் நான் பார்த்த நாடகம் *The Vagina Monologues*. இது 1996ல் ஈவ் என்ஸ்லர் என்ற அமெரிக்கப் பெண்ணியவாதியால் எழுதப்பட்டது. இது ஒரே கதை உள்ள ஒரு நாடகம் அல்ல. பல்வேறு சிறு *monologue*களின் தொகுப்பு. *Monologue* என்பது ஒரு பாத்திரத்தை அல்லது ஒரு விஷயத்தை ஒரே ஆள் பேசி நடித்துக் காட்டுவார். சமூகத்தின் பல்வேறு பின்னணிகளிலும், வெவ்வேறு வயதிலும் இருக்கும் பெண்கள் தம் யோனி குறித்த அனுபவங்களை, எண்ணங்களைப் பேசுவதே இந்த நாடகம். யோனி தொடர்பான கலவி செய்தல், வயதுக்கு வருதல், மாதவிலக்கு நாட்கள், பாலியல் வல்லுறவு, பிறப்புறுப்பை சிதைத்தல், சுயஇன்பம், உச்சம் அடைதல், பிரசவம் எல்லாம் இதில் பேசப்படுகின்றன. பெண்களுக்கான பெண் பாலியல் தொழிலாளிகள் பற்றிக்கூட இது பேசுகிறது. *The Woman Who Loved to Make Vaginas Happy, I Was Twelve, My Mother Slapped Me* போன்றவை பிரபலமான *monologue*கள்.

ஆண்டுதோறும் பிப்ரவரி 14ம் தேதி என்பது காதலர் தினம் என்ற

பெயரில் பெண்களை அடிமைப்படுத்துகிறது என்று சொல்லி அதை வெற்றி தினமாக *(V-Day)* ஈவ் என்ஸ்லரின் வழிகாட்டுதலில் கொண்டாடுகிறார்கள். இந்த நாளில் *The Vagina Monologues* நாடகம் நிகழ்த்தப்படும். ஆண்டுதோறும் அப்போது பெண்களுக்கு உலக அளவில் இருக்கும் முக்கியமான ஒரு பிரச்சனை குறித்த புதிய *monologue* நாடகத்துடன் இணைக்கப்படும். இப்படி ஆண்டுதோறும் இந்நாடகம் வளர்ந்து வருகிறது. உலகம் முழுக்க தனித்தனிக் குழுக்கள் இந்த நாடகத்தின் சில பகுதிகளை மட்டும் எடுத்துக் கொண்டு அந்தந்தப் பிரதேசத்திற்கேற்ப லேசாக இடைச்செருகல்கள் சேர்த்து நிகழ்த்துகிறார்கள். அப்படி *Barking Dogs* என்ற பெங்களூரு பெண்கள் குழு நிகழ்த்திய நாடகம்தான் நான் பார்த்தது.

முதலில் ஒவ்வொரு பெண்ணாய் வந்து யோனிக்கு வழங்கப்படும் வேறு பெயர்களைச் சொல்கின்றனர். அடுத்து எத்தனை பேர் தமது யோனியை நிலைக்கண்ணாடி வைத்து தெளிவாய்ப் பார்த்திருக்கிறார்கள் என்ற கேள்வி எழுப்பப்படுகிறது. அடுத்து யோனி மயிரே அதை அழகூட்டுகிறது எனச் சிலாகிக்கிறார்கள். அடுத்து யோனி பேசினால் என்ன சொல்லும் என எல்லோரும் சொல்கிறார்கள். 65 வயது வரை தன் யோனியைப் பார்க்காதிருந்த கிழவிக்கு இப்போது பார்க்க வாய்க்கிறது, அவளது உணர்வுகள் பற்றிய கதை நிகழ்த்தப்படுகிறது. அடுத்து க்ளைடோரிஸ் இருக்கும் இடத்தைக் கண்டுபிடிக்கும் *Vagina Workshop*ல் கலந்து கொண்ட பெண்ணின் அனுபவம் பற்றிய கதை. அவளால் இறுதி வரை தன் க்ளைடோரிஸ் எங்கே என்று கண்டுபிடிக்க முடிவதே இல்லை.

இடையில் யோனியின் தோற்றம், மணம், சுவை யாவற்றையும் சிலாகித்து யோனியைத் தாமரை மலருக்கு ஒப்பிடும் கவித்துவமான பகுதி. அடுத்து தன் யோனியின் தோற்றம் குறித்த அவநம்பிக்கை கொண்டிருந்த ஒருத்தியின் யோனியைக் கண்டு ஒருவன் எப்படிக் கொண்டாடுகிறான் என்ற கதை *(Because He Liked to Look At It)*. அடுத்து பெண்ணுறுப்பைச் சிதைத்தலைப் பற்றிய வலி மிகுந்த ஒரு பதிவு. பின்னர் *Tampon* போன்ற வஸ்துகள் வைத்துத் திணிக்கப்படுவதால் கடுங்கோபத்தில் இருக்கும் யோனியைப் பற்றிய பதிவு *(My Angry Vagina)*. அடுத்து உக்கிரமான போரின் ஒரு பகுதியாக பாலியல் வல்லுறவுக்கு உள்ளான ஓர் இளம்

போஸ்னியப் பெண்ணின் யோனி பற்றிய பகுதி *(My Vagina Was My Village)*. அடுத்து வீட்டில் இருப்பவர்களாலேயே பாலியல் வன்முறைக்கு உள்ளாகும் ஒரு பெண் பற்றிய பதிவு.

அடுத்து யோனியைக் குறிக்க *cunt* என்ற வார்த்தையைப் பயன்படுத்துவதைப் பற்றிய ஒரு நிகழ்வு *(Reclaiming Cunt)*. வயதுக்கு வந்த ஒரு 16 வயதுப் பெண் பக்கத்திலிருக்கும் ஒரு பெண்மணியால் கலவிக்கு உள்ளாக்கப்படும் கதை அடுத்தது *(The Little Coochie Snorcher That Could)*. இது முதலில் 13 வயது பெண்ணாக சித்தரிக்கபட்டு பிறகு சட்டப் பிரச்சனை எழுந்ததால் 16 வயதாக மாற்றப்பட்டிருக்கிறது. அடுத்து ஒரு பாலியல் தொழிலாளி எழுப்பும் விதவிதமான கலவி ஒலிகள் பற்றிய பதிவு. முடிவில் ஒவ்வொரு மனிதரும் எப்படி கலவி ஒலி எழுப்புவார் என நிகழ்த்திக் காண்பித்தார். மிக அபாரமான கற்பனை. அடுத்து பிரசவ அறையில் இருந்த அனுபவம் குறித்து யோனியை செண்டிமெண்டலாகத் தாய்மையோடு முடிச்சிடுவதோடு நாடகம் முடிகிறது *(I Was There In The Room)*.

இதைப் பார்க்கும் ஆண்கள் பெண்கள் மீதான பாலியல் வன்முறையைக் கைவிடவும் பெண்கள் தம் யோனியை வெறுக்காமல் கொண்டாடவும் கேட்டுக் கொள்கிறார்கள். மறுபடி பெங்களூரில் வரும் மார்ச் 7 மற்றும் 8ம் தேதிகளில் இதே நாடகம் நிகழ்த்தப்படுகிறது. முதல் முறை தவறவிட்டதாக நினைப்பவர்கள் பார்க்கலாம்.

நாடகத்தின் இயக்குநர் லேகா நாயுடு இப்படி ஒரு அபாரமான குழுவை உருவாக்க மிகுந்த சிரமப்பட்டு இருக்க வேண்டும். கிட்டத்தட்ட அத்தனை பெண்களுமே மிக இயல்பான, சினேகமான நடிப்பை வெளிப்படுத்தினர். ஒருவர் நடிக்கும் போது மற்ற பெண்கள் அனைவரும் உற்சாகமூட்டியதும் அத்தனை துடிப்பாக இருந்தது.

நாடகம் முழுக்கவே மிகச் சுவாரஸ்யமாக நகர்ந்தது. அவ்வப்போது ஆரவரமான சிரிப்பொலிகளும் ஒவ்வொரு *monologue* முடிந்தவுடன் பலத்த கைத்தட்டல்களும் காண முடிந்தது. இதில் முக்கியமாய் கவனிக்க வேண்டியது நான் போயிருந்த காட்சிக்கு வந்திருந்தவர்களில் 80% பேர் பெண்கள். இளம் பெண்கள். அவர்கள்

அத்தனை பேரும் நாடகத்தை மிக ஒன்றிப் போய் ரசித்ததாகப் பட்டது. அதாவது அவர்களால் வெளிப்படையாகப் பேச முடியாததை அங்கே அந்த பெண்கள் குழுவினர் பேசியதாகவே அவர்கள் உணர்ச்சி மிகுதியில் பார்த்தனர். அவர்கள் அத்தனை பேரும் நாடகம் முடிந்து அன்றிரவு வீடு திரும்பியதும் தம் யோனியைக் கண்ணாடியில் பார்த்திருக்கக்கூடும்!

நான் தமிழில் 'யோனியின் குரல்' எழுதலாமா எனத் தீவிரமாக யோசிக்கிறேன்.

*(மார்ச் 4, 2014)*

★★★

# 26. 12 இன்ச் துயரம்

*12 Inches*. நேற்று மாலை நான் போயிருந்த ஆங்கில நாடகத்தின் தலைப்பு இது. 12 இஞ்ச் XXL நீள ஆண் குறி கொண்ட ஒருவன் அதனால் அனுபவிக்கும் சங்கடங்கள்தான் கதை. ஒரு மணி நேர நாடகம். இடையிடையே லைவ் ஆர்க்கெஸ்ட்ரா பாடல்களும் இசையும். ஓரிரு பிசிறுகள் / க்ளீஷேக்கள் தவிர்த்து நாடகம் முழுக்க சுவாரஸ்யமாகவே நகர்ந்தது.

முக்கிய ப்ளஸ் நல்ல நகைச்சுவை வசனங்கள் (நாயகன் தன் பிரச்சனையைப் பற்றி விளக்கிக் கொண்டிருக்கையில் ஆடியன்ஸில் பெண்கள் பக்கம் திரும்பி "என் கண்கள் இங்கே மேலேதான் இருக்கின்றன, இடுப்புக்கு கீழே இல்லை பெண்களே!" எனக் கூறும் வசனம் ஓர் உதாரணம்). அப்புறம் நடிப்பும் சொல்லிக் கொள்ளும் படியாகவே இருந்தது.

சைதன்யா என்பவர் ஸ்க்ரிப்ட் எழுதி இருந்தார். அவரே அந்த 12 இஞ்ச் சமாச்சாரம் கொண்டவராகவும் நடித்திருந்தார். துடிப்பான நடிப்பு. ஒரு காட்சியில் நாயகன் கேரட்டைத் துண்டு துண்டாக நறுக்கிக் கொண்டிருப்பார். உச்ச காட்சியை நோக்கி நம்மை அழைத்துச் செல்லும் நுட்பமான சித்தரிப்பு அது. நண்பராக வந்த சிங்கும் நன்றாகப் பங்களிப்பு செய்திருந்தார். இடையில் வந்த ஒரு பாடலை ஓர் அழகான பெண் மிகச் சிறப்பாகப் பாடினார். ஒரு விதமான மிகைத் துல்லியக் குரல்.

முக்கியமாய் இது ஒரு சுதேசி படைப்பு. பொதுவாய் நான் கவனித்த வரை பெங்களூரு போன்ற மெட்ரோபொலிடன் நகரங்களில் நிகழ்த்தப்படும் நாடகங்களில் பெரும்பாலானவை இறக்குமதிச் சரக்குகளே. அதாவது மேற்கத்திய நாடக ஆசிரியர் எழுதிய ஏதாவது பிரபல நாடகத்தை இங்கே இருப்பவர்கள் இயக்கி

நடிப்பார்கள். ஆனால் இது அப்படியின்றி சுத்தமான இந்திய எழுத்து. இதைத் தயாரித்த *Underdog Entertainment* இது போல் நிறைய செய்வதாகத் தெரிகிறது.

*Alliance Franaise de Bangalore* அரங்கில் இந்த நாடகம் நிகழ்த்தப்பட்டது. இருநூறு பேர் உட்காரக்கூடிய அரங்கு முழுக்க நிறைந்திருந்தது. அத்தனை பேரும் இளைஞர்கள். நிறையக் கைதட்டல்கள். அதுதான் நம்பிக்கையூட்டும் விஷயம்.

சென்னை, கோவை உள்ளிட்ட பெருநகரங்களில் தமிழில் இது போன்ற நாடகங்கள் நிகழ்த்தப்பட்டால் இளைஞர்களை ஈர்க்கக்கூடும் (டிக்கெட் விலை ரூ.200 என்பது போல் குறைவாக வைக்க வேண்டும்). நவீன ஜனரஞ்சக நாடகங்கள் தமிழில் நிகழ்த்தப் படுவதில்லை. நாம் க்ரேஸி மோகன், *SV* சேகர், *YG* மகேந்திராவுடனே தேங்கி விட்டோம்.

*(பிப்ரவரி 17, 2014)*

★

# 27. கார்த்தி Vs கங்னம்

*"What I thought was, you know, crazy about music, dancing, performance, so that kind of psycho."*

*- Psy (BBC Interview, December 2012)*

கங்னம் ஸ்டைல் என்பது பெருமாள்முருகனின் நாவல் பாதிப்பில் எழுதும் இலக்கிய மோஸ்தர் போல என்று எண்ணியிருந்த அப்பாவி நான். அலெக்ஸ் பாண்டியன் படத்தின் *Bad Boy* பாடலில் கார்த்தி கங்னம் ஸ்டைலில் ஆடி இருக்கிறார் என்று கேள்விப் பட்ட போதுதான் அது ஏதோ சர்வதேசிய நடன வஸ்து என என் சிற்றறிவுக்குப் புலனாகியது.

*Psy* என்று செல்லமாக அழைக்கப்படும் (எனக்கு *CSK* போல!) பார்க் ஜே-சங் *35* வயது தென் கொரிய ராப் பாடகர். அவரே பாடல்கள் எழுதி, கம்போஸ் செய்து, நடனமமைத்து வீடியோ ஆல்பங்கள் வெளியிடுபவர். *2001*லிருந்தே இவர் ஓரளவு பிரபலம்தான். *2012* ஜூலையில் *PSY 6 (Six Rules) - Part 1* என்ற தனது ஆறாவது ஆல்பத்தை வெளியிட்டார். அதில்தான் கங்னம் ஸ்டைல் *(Gangnam Style - )* பாடல் இடம் பெற்றிருக்கிறது. நூற்றாண்டு பாரம்பரியம் கொண்ட கொரியன் பாப் *(K-pop)* என்ற தனி *genre* உண்டு. இப்பாடல் அவ்வகைமை. ஆல்பம் தென் கொரியாவில் மட்டும் லட்சம் பிரதிகளுக்கு மேல் விற்றிருக்கிறது. இதன் இரண்டாம் பகுதி இவ்வாண்டு வெளியாகவிருக்கிறது!

கங்னம் என்பது தென்கொரியத் தலைநகர் சியோலில் இருக்கும்

ஓர் இடம். அங்கு வாழும் ஒரு சாராரின் போலியான பாவனை நடவடிக்கைகளைப் பகடி செய்யும் முகமாகவே இந்த நடன அசைவுகள் அமைந்திருக்கின்றன. இதன் பாடல் வரிகள் ஒரு பெர்ஃபெக்ட் கேர்ள் ஃப்ரெண்ட் பற்றி பேசுகின்றன - *A girl who is warm and humane during the day time, A girl's heart gets hot when the night comes* என்றெல்லாம் வர்ணனை போகிறது - தவறாமல் மறவாமல் இடையில் "ஏ, செக்ஸி லேடி!" என்று வருகிறது.

பார்க்கக் கோமாளித்தனமாய்த்தான் இருக்கிறது. ஆனால் உலக மக்கள் இதில் என்னத்தைக் கண்டார்களோ சகட்டுமேனிக்குப் புகழ்பரவ, ஏழே மாதத்தில் 131 கோடிக்கு மேற்பட்ட ஹிட்களுடன் இதுவரை அதிகம் பார்க்கப்பட்ட யூட்யூப் வீடியோவாக ஆகி இருக்கிறது. தனுஷின் *Why This Kolaveri Di* பாடல் இந்திய அளவில் ஹிட் அடித்ததை இதனோடு ஒப்பிட்டுக் கொள்ளலாம். யோசித்தால் இரண்டிலும் இருக்கும்ஒருவிதமான திட்டமிடாத, ரசிக்கக்கூடிய அப்பாவித்தனம்தான் *key factor* என்று தோன்றுகிறது.

இந்த ஒரு பாடல் ஜே-சங்கின் வாழ்க்கையையே புரட்டிப் போட்டு விட்டது. ஆறு மாதங்களில் 8.1 மில்லியன் அமெரிக்க டாலர்கள் சம்பாதித்து விட்டார். விழிப்புணர்வு பிரச்சாரங்களுக்காக ஐநா தலைவர் பான் கி மூன் இவருடன் இணைந்து பணியாற்ற விருப்பம் தெரிவித்துள்ளார். 2013 புத்தாண்டு நள்ளிரவில் நியூயார்க் நகரின் டைம்ஸ் சதுக்கத்தில் பிரபல பாப் பாடகர் ஹாம்மருடன் இணைந்து 10 லட்சம் பேர் முன்னிலையில் பிரமாண்ட லைவ் கன்சர்ட் ஒன்றினை நடத்தினார்.

*Psy* என்பது *Psycho* என சொல்லின் சுருக்கம். 2001ல் அவர் *PSY from the Psycho World!* என்ற ஆல்பமும் வெளியிட்டிருக்கிறார். அமெரிக்க ராணுவத்தின் உலக அளவிலான அட்டூழியங்களை வெளிப்படையாக எதிர்த்த இவர் பின் அதற்கு மன்னிப்புக் கேட்டார். 2001ல் மாரிஜுவானா என்ற போதை மருந்து வைத்திருந்த குற்றத்துக்காகக் கைது செய்யப்பட்டார். இதனால் அவர் தன் தாத்தாவின் இறுதிச் சடங்குகளில் கலந்து கொள்ள முடியாமல் போய் விட்டது. 2006ல் தான் காதலித்த யூ ஹை-இயன் என்ற பெண்ணையே கைப்பிடித்த ஜே-சங் இன்று அழகிய

இரட்டைப் பெண் குழந்தைகளுக்குத் தந்தை.

மற்றபடி, கங்னம் ஸ்டைலின் சிறுபகுதியை கார்த்தி நன்றாக ஆடியிருக்கிறார். *Good Boy!*

*Bad Boy: https://www.youtube.com/watch?v=3mwYFtefHR8*

*Gangnam: https://www.youtube.com/watch?v=9bZkp7q19f0*

*(பிப்ரவரி 13, 2013)*

★★★

# 28.கடவுளாகும் கணங்கள்

தெய்யம் என்பது கேரளத்தின் வடக்கு மலபார் பிரதேசங்களில் நிகழ்த்தப்படும் ஓர் இந்து மதச்சடங்கு. தெய்யம் என்றால் மலையாளத்தில் தெய்வம் என்று பொருள். அரிதாரம் பூசி அலங்காரம் பூண்டு அவதாரம் எடுப்பதே தெய்யம் எனும் இந்த நடனச் சடங்கு. மனிதன் சில கணங்கள் தன்னைத் தானே கடவுளாக பாவித்துக் கொள்ளும் விந்தைப் பழக்கம்/ நம்பிக்கை. கிட்டத்தட்ட நம்மூர் கோயில் வழிபாடுகளின் சாமியாடுதலை ஒத்த ஒரு நிகழ்வு. ஆனால் இன்னும் கொஞ்சம் *procedural.*

கடந்த வாரம் எங்கள் அலுவலகத்திலிருந்து கேரளாவின் வயநாட்டில் - வடக்கு மலபார் பிரதேசம் - இருக்கும் வைத்ரி வில்லேஜ் ரெஸார்ட்டிற்குப் பயணம் போயிருந்தோம். அங்குதான் ஓர் இரவு இந்த தெய்யம் சடங்கைக் காண ஏற்பாடு செய்திருந்தார்கள்.

நாங்கள் கண்டது நரசிம்ம அவதாரமாய் தன்னை உருவகித்துக் கொண்ட ஒரு நடனக்காரரை. செவ்வண்ண ஆடை தரித்து அதன் மேல் சில ஆபரணங்கள் சூடி சுற்றித் தென்னை ஓலைகள் தொங்க விட்டிருந்தார். முகத்தில் சிங்க முகமூடி அணிந்து, தலைக்கு கவசம் சூடி இருந்தார். இரு கைகளிலும் தன்னைச் சுற்றியும் நெருப்பெரியும் கழிகளை வைத்தபடி சுற்றிச் சுழன்று நடனமாடினார். இடை இடையே கர்ஜனைகள் வேறு செய்தார். வந்திருந்த குழந்தைகள் மிரண்டு அழுமளவு உக்கிரமாய் இருந்தது அவரின் ஆட்டம். இந்த நடனத்துக்கு இணையாய் இதற்குப் பின்னணியாய் ஒலிக்கப்படும் இசையும் ரௌத்ர நாதமாய் அமைந்திருந்தது.

இறுதியில் காசு பெற்றுப் பிரசாதமும் வழங்கினார். பொதுவாய் மக்களிடையே நிகழ்த்தப்படும் போது குறி சொல்வார் என்றார்கள். அந்தப் பகுதிகளை விடுத்துப் பார்த்தால் இந்த நிகழ்வை ஒரு

*மதச்சடங்கு என்பதை விட ஒரு கூத்துக்கலையாகவே பார்க்க முடிகிறது. மனிதன் கடவுளாக எத்தனிக்கும் கணங்கள்தாம் எத்தனை அற்புதமானவை! (காசு கலைக்கா, கடவுள் நம்பிக்கைக்கா என யோசித்தேன்.)*

*(நிகழ்வில் நான் எடுத்த 3 நிமிட வீடியோ: **https://www.youtube.com/watch?v=F72AwbfTbDI**)*

*தெய்யம் நடனத்தை கேரளாவின் மலைவாழ் சாதியினர் மட்டுமே ஆட அனுமதி. அதுவும் ஆண்களுக்கு மட்டுமே. ஈராயிரம் ஆண்டுகளாக நீடிக்கும் பாரம்பரியம் என்கிறார்கள். கேரளாவின் சாதி மீறிய சமத்துவத்திற்கு உதாரணமாகவும் இதைச் சொல்கிறார்கள்.*

*இவ்வளவு நாகரீகங்கள் வளர்ந்த பின்னும் நவீனங்கள் புகுந்த பின்னும் இன்னும் பிடிவாதமாக இவற்றை எல்லாம் பின்பற்றி வருகின்றனர் என்பதே இதில் தமிழர்கள் படிப்பினையாக எடுத்துக் கொள்ள வேண்டிய விஷயம். தமிழகத்தில் தோற்பாவைக்கூத்து உள்ளிட்ட பல கலைகள் வேகமாக அருகி வருகின்றன.*

*(செப்டெம்பர் 21, 2013)*

★★★

# 29.மெட்டற்ற பாட்டு

*இந்த நான்கு பாடல்கள் ராஜ்மோகனின் 'போர்க்களம்' படத்துக்காக 2005ல் எழுதினேன். கார்த்திக் ராஜா இசையமைப்பதாக இருந்தது. மெட்டு இல்லாமல் பாடல் எழுதினேன்.)*

*(1)*

*(Situation: நாயகனான ப்ளஸ் டூ மாணவன் பாலா தான் வசிக்கும் கும்பகோணம் கோயிலை ஒட்டிய தெருவில் நண்பர்களுடன் ஆடிப்பாடுவது typical hero intro song.)*

*பல்லவி:*

கும்பகோணம் ஏரியான்னா பாலான்னு கேளுடா

அம்பிக்குத்தான் தெரியலன்னா ஊருக்கவன் புதுசுடா

எங்களத்தான் கேள்வி கேட்க இங்க வருவது ஆருடா

மாமன் மச்சான் ஆகிடலாம் எங்க கூட சேருடா.

*சரணம் 1:*

பள்ளிக்கூடம் போனாலும் படிப்பு மட்டும் வந்ததில்ல

வத்தியாரு திட்டாம ஒரு நாளும் இருந்ததில்ல

நெனவு தெரிஞ்ச நாள் முதலா எவனையும் மதிச்சதில்லை

இளரத்தத்திமிருலதான் யாரையுமே மிதிச்சதில்ல

எங்களுக்குத் தெரியாம எந்தப்பொண்ணும் ஊரில் இல்ல

பொம்பளைங்க பின்னாடி இதுவரைக்கும் திரிஞ்சதில்ல

வேலைவெட்டி இல்லனாலும் வீட்டுக்குள்ள இருந்ததில்ல

வம்புக்குத்தான் போனதில்ல வந்த வம்ப விட்டதில்ல

எவ்வளவோ சிரிச்சாச்சு வயிறு மட்டும் வலிச்சதில்ல
அழுகைன்னா என்னடா? அதப்பத்தி அறிஞ்சதில்ல.

*சரணம் 2:*

சிகரெட் இல்லாம எந்த நாளும் விடிஞ்சதில்ல
சீக்ரெட் எதுவும் எங்களுக்குள் இருந்ததில்ல
மண்ணில்லாத சட்டையோட வீட்டுக்குள்ள போனதில்ல
எங்க மீச இதுவரைக்கும் எந்த மண்ணும் பாத்ததில்ல
சண்டைகள் இல்லாம எந்த நாளும் முடிஞ்சதில்ல
அடிதடின்னு வந்துட்டா எங்கள எவனும் ஜெயிச்சதில்ல
ஊரச்சுத்தித் திரிஞ்சாலும் அப்பனுக்கு ஆசப்புள்ள
எத்தனையோ உறவிருக்கு நட்புப் போல வந்ததில்ல
பெத்த வயிறு வேறன்னாலும் நாங்க எல்லாம் வேற இல்ல
மொத்தத்தில எங்களுக்கு எதுவுமே எல்லையில்லை.

★

*(2)*

*(Situation: கதாநாயகன் கதாநாயகியைப் பார்த்து முதன் முதலில் காதல் வசப்படுகையில் அவனுக்குள் நிகழும் மற்றங்களைச் சொல்லும் பாடல்.)*

*பல்லவி:*

காதல் என்னைக் கொல்கிறதே
கனவுகள் உயிரைத் தின்கிறதே
நெஞ்சம் கொஞ்சமாய் வலிக்கிறதே
இது என்ன இதயத்தின் போர்க்களமா?

*அனுபல்லவி:*

குருதிப்புனலாடிக் கவிதைகள் கசிகிறதே
உயிரைத்திருடுமோர் இசையும் வழிகிறதே

தீயச்சுடுமொரு நிலவும் பொழிகிறதே
ஆயுதமின்றியே உயிர் மெய் அழிகிறதே.

*சரணம் 1:*
சாலையில் நடக்கையில் கூட்டம் பிடிக்கலை
மாலையில் படுக்கையில் தனிமை பிடிக்கலை
கண்கள் மூடினால் தூக்கம் பிடிக்கலை
பெண்கள் கடந்தால் பார்க்கப் பிடிக்கலை
வயிற்றுக்கு ஏனோ பசிக்கப் பிடிக்கலை
நாக்கில் எதையும் ருசிக்கப் பிடிக்கலை
சிகரெட் வாசனை சுத்தமாப் பிடிக்கலை
நண்பர்கள் கண்டால் பேசப் பிடிக்கலை
அம்மா பிடிக்கலை அப்பா பிடிக்கலை
அவளைத் தவிர எதுவும் பிடிக்கலை.

*சரணம் 2:*
மழயில் முழுசாய் நனையப் பிடிக்குது
அலையில் நுரையாய்க் கரையப் பிடிக்குது
சுவாசக்காற்றுக்குள் பூக்கள் பிடிக்குது
பட்டாம் பூச்சிகள் ரசிக்கப் பிடிக்குது
தலையணை அணைத்துத் தூங்கப் பிடிக்குது
தனக்குத் தானே பேசப் பிடிக்குது
கடைசிச்சொட்டு தேநீர் பிடிக்குது
தமிழே மறக்குது மௌனம் பிடிக்குது
எனக்குள் நிகழும் அவஸ்தைகள் பிடிக்குது
எனக்கே என்னை ரொம்பப் பிடிக்குது.

*வேறு சில பல்லவிகள்:*
கனவுகள் செல்லமாய்க் கொல்லுது

*உயிரை மெல்லமாய்த் தின்னுது*
*உடம்புக்குள் என்னவோ பண்ணுது*
*அட! இதுதான் காதல் என்பதா?*
*மனசுக்குள் அணையொன்று உடையுது*
*உதயத்தில் புதுவெள்ளம் பாயுது*
*இமைக்கையில் அவள் முகம் தெரியுது*
*உயிர் மெய்யில் ஒரு வேகம் பரவுது*
*நரம்பின் முனைகளில் பூக்கள் பூக்குது*
*நாளத்தில் சுவர்களில் ஸ்வரங்கள் கேட்குது*
*குருதிக்குள் டால்பி ஸ்டீரியோ அதிருது*
*உலகின் ஓரம் வரை ஜீவன் சிதறுது*
★

*(3)*

*(Situation: நாயகியிடம் தன் காதலை கவிதையாய்ச் சொல்ல நினைக்கும் நாயகன் ஒரு பிரபலக் கவிஞரிடம் போகிறான். அவர் "உன் காதலை நீயெழுது" எனக் கூறி அனுப்பி விடுகிறார். அப்போது நாயகன் அவனே தன் காதலிக்கு எழுதுவதாய் வரும் பாடல்.)*

***பல்லவி:***

*மனசுக்குள் மழை விழுதே மகரந்தம் நனைகிறதே*
*இதயத்தில் பனி பெய்யுதே உதிரமே உறைகிறதே*
*உதடுகள் அவள் பெயரை உயிருக்குச் சொல்கிறதே*
*சில்லென்று சில துண்டு சொர்க்கங்கள் தின்கிறதே.*

***சரணம் 1:***
*விழியின் விசையினிலே புவியீர்ப்பு அறுந்தேன்*
*மொழியின் அழகோடு மௌனங்கள் துறந்தேன்*
*ஒற்றைச்சிரிப்போடு உயிரொழுகிக் கரைந்தேன்*
*ஓரப்பார்வையிலே கருவாகிப் பிறந்தேன்*

*குரலின் இசையோடு காற்றாகிக் கலந்தேன்*
*விரலின் அசைவுக்கு வில்லாகி வளைந்தேன்*
*வளையலோசையிலே நாலங்கள் அதிர்ந்தேன்*
*கொலுசின் பாஷையிலே தமிழ்மொழி மறந்தேன்*
*சுவாசக்காற்றோடு இலையாகி உதிர்ந்தேன்*
*பாதச்சுவடோடு பனியாகிப் புதைந்தேன்*
*அழகின் சாரலிலே ருதுவாகி மலர்ந்தேன்*
*அன்பின் தூறலிலே அடியோடு கனிந்தேன்.*

***சரணம் 2:***
*புருவ நெறிப்பினிலே உள்நெஞ்சம் தெறித்தேன்*
*நெற்றிப்பரப்போடு நேரத்தைத் தொலைத்தேன்*
*கன்னக்கதுப்போடு தீப்பற்றித் தணிந்தேன்*
*சின்ன மூக்கோடு சிதையாகிச் சிதைந்தேன்*
*நாக்கின் நுனியினிலே உயிரோடு எரிந்தேன்*
*உதட்டுச்சுழிப்பினிலே ஜென்மபலன் அடைந்தேன்*
*கூந்தல் காடுகளில் கண்மூடிக் கிடந்தேன்*
*கழுத்தின் கதகதப்பில் மார்கழியை மறந்தேன்*
*நடையின் நளினத்தில் வழி மறந்து நின்றேன்*
*இடையின் பாவனையை விழி திறந்து தின்றேன்*
*உயிரின் வாசனையை ஜீன்களிலே பதிந்தேன்*
*அவளின் நினைவோடு தனியாகித் தொலைந்தேன்.*
★

*(4)*

*(Situation: சூழ்நிலைகளால் நாயகனும் நாயகியும் பிரிக்கப்படுகிறார்கள். பிரிவுத்துயரில் இருக்கும் இருவரையும் காட்சிப்படுத்துகையில் பின்னணியில், ஆண் குரலில் - அதாவது நாயகன் பாடுவது போல் - வரும் பாடல். Montage song - காட்சிகளும் இசையும் முக்கியம்.)*

*பல்லவி:*

உன் கண்ணில் நீர் வழிந்தால் என்னுயிரே தீக்குளிக்கும்
நினைவோடு நீயிருந்தால் நிசப்தத்தில் இசை வழியும்
கணமொன்று மறந்திருந்தால் நெஞ்சுக்குள் போர் வெடிக்கும்
உன்னோடும் சேர்ந்திருந்தால் போர்க்களமும் பூக்களமே.

*சரணம் 1:*

உன் மடியில் துயிலுறங்கி என் ஜீவன் வாழ்கிறதே
உனக்கெனவே உயிர் விடத்தான் என் ஆயுள் நீள்கிறதே
காற்றுக்கு உருவமில்லை காதலுக்கும் உருவமில்லை
அவையின்றி உயிருமில்லை நம் காதல் உயிர் காக்கும்
காதலொரு கானகப்பயணம் இருளுக்கும் பயமெடுக்கும்
பாதையிலே நெருஞ்சிகள் கிடக்கும் பாத்தில் குருதியும் பூக்கும்
தொலைவினிலே தெரியும் வெளிச்சம் அதற்காக விரையும் நெஞ்சம்
வலி தாங்கும் காலம் யாவும் வசந்தத்தின் வாசல் கோலம்.

*சரணம் 2:*

உனக்காக அழுகையிலே விழிநீரும் இனிக்கிறதே
உன் கண்கள் கசிகையிலே இளநீரும் கசக்கிறதே
யமுனாவின் கரையோடு கண்ணுறங்கும் கல்லறையும்
கனாவில் கதையாடும் காதலின் கருவறையே
அந்தி சாயும் கணங்கள் யாயும் அறிவ்விப்பது இரவையல்ல
அமுதைப்பொழியும் நிலவைத்தானடி அந்நிலவுக்குக் காத்திருப்போம்
விடியாத இரவுகள் இல்லை வடியாத சோகமும் இல்லை
கடலலைகள் ஓய்வதில்லை காதலென்று தேய்வதில்லை.

(இப்பாடலின் இரண்டாம் சரணத்தில் வரும் மூன்றாம் வரியை கவனித்தால் தாஜ் மஹாலைக் குறிக்க யமுனை நதியைச்

செருகியுள்ளது தெரியும். யமுனா என் மனைவி பெயர் - அப்போது என் காதலி. வைரமுத்துவின் முதல் பாடலான “பொன் மாலைப் பொழுது” அவரது மனைவியான பொன்மணியை பயன்படுத்தியிருப்பதைப் போல.)

*(செப்டெம்பர் 22, 2009)*

★★★

# 30.மெட்டுக்குப் பாட்டு

*(2014 ஏப்ரல் மற்றும் மே மாதங்களில் புதியவரும் இளைஞருமான பிளஸ் அர்ஜுன் இயக்க முயன்றிருந்த படத்திற்கு இரண்டு பாடல்கள் எழுதிக் கொடுத்தேன். அபி சாம் செரியன் என்ற புதிய இசையமைப்பாளர். இரண்டாம் பாடல் அவரது மெட்டுக்கு எழுதப்பட்டது.)*

*(1)*

*(Situation: தம் 6 வயது மகள் குறித்து தந்தையும் தாயும் பாடும் ஜனனத்தையும் மரணத்தையும் முன்வைத்த பாடல். 90களில் நடக்கும் கதை.)*

**பல்லவி:**

*(அப்பா)*
பன்னிரு பாட்டியல்* சொல்லும் இவள் பேதை
என்னிரு கண்கள் சொல்லும் இவள் தேவதை
தேநீர் கோப்பையின் இறுதித்துளி இனிப்பாய்
ஒரு புன்னகையில் சிறுசுவர்க்கம் பரிசளிப்பாள்.

*(அம்மா)*
வெண்துகில்* பொம்மைகள் இவளைக் கொஞ்சும்
விண்மிதக்கும் பறவைகள் இவளைக் கெஞ்சும்
முகில்கள் உடைந்து மழையாய் முகிழ்த்தலாய்
முலைகள் இன்னும் சுரந்திடும் இவளுக்காய்.

***அனுபல்லவி:***

*(இருவரும்)*

***ஜனனத்தின் ஸ்பரிசத்தை ஆன்மாவில் தூவி***

***மரணத்தின் வாசனையை துரத்துவாள் தூர***

***இவள் குழந்தை இவள் எஜமானி இவள் குரு***

***இவள் அன்னை இவள் தெய்வம் இவள் ஊழ்.***

***சரணம் 1:***

*(அம்மா)*

*அதிகாலைத் துயிலெழுந்து குறும்புகள் செய்கிறாள்*

*சேவலையும் சூரியனையும் குழப்பத்தில் மீட்டுகிறாள்*

*பல் துலக்க, குளிப்பாட்ட தந்தையைத் தேடுகிறாள்*

*சொல்லூட்டி சோறூட்ட அம்மையிடம் ஓடுகிறாள்.*

*(அப்பா)*

*இடக்கான கேள்விகளில் ஆசிரியை மிரள்கிறாள்*

*துடுக்கான பதில்களை விரல்நுனியில் ஆள்கிறாள்*

*வகுப்பறையும் மைதானமும் இவளுக்கு வேறில்லை*

*உகுத்திடும் கண்ணீரில் கரையாதவர் எவருமில்லை.*

***அனுபல்லவி (repeat)***

***சரணம் 2:***

*(அம்மா)*

*அம்புலி மாமாவும்* கதை சொல்ல அப்பாவும்*

*தலைகோதி மடிமீது தூங்க வைக்க அம்மாவும்*

*உறக்கத்தில் சிரிக்கிறாள், அதை விடவா அழகு*

*ஸ்வப்னத்தில் விளையாடும் ஆனைக்குட்டி அப்பு!**

*(அப்பா)*

ஒரு கரண்டி கவிதையும் ஒரு சிட்டிகை இசையும்
சில துண்டுகள் ப்ரியமும் தேவைப்கேற்ப கடவுளும்
இவளைச் செய்யும் ஸ்வர்ணஜால* சமையல் குறிப்பு
சமையல் கலைஞன் நான்; செய்யும் பாத்திரம் நீ!

*அனுபல்லவி (repeat)*

1. பன்னிரு பாட்டியல் என்பது சிற்றிலக்கியங்கள் குறித்த ஓர் இலக்கண நூல் தொகுதி. இந்த நூலின்படி 6 வயதான பெண் குழந்தை பேதை.
2. 80களில் டெட்டிபேர் போன்ற வெண்பஞ்சு பொம்மைகள் சாதாரண குடும்பங்களில் பரவவில்லை என்பதால் வெண்துகில் என மாற்றி இருக்கிறேன்.
3. அம்புலி மாமா என்பது குழந்தைகளுக்கான பிரபல கதைப் புத்தக மாத இதழ். 70களிலும் 80களிலும் 90களிலும் தமிழ்நாட்டில் பிரபலம்.
4. *Appu Aur Pappu* என்பது 1985ல் தூர்தர்ஷனில் ஒளிபரப்பான குழந்தைகளுக்கான பிரபல தொலைக்காட்சி தொடர்
5. ஸ்வர்ணஜாலம் என்பது இரும்பிலிருந்து தங்கம் செய்ய பண்டைய தமிழ் சித்தர் எழுதி வைத்த ரகசியக் குறிப்புகள்

★

*(2)*

*(Situation: நண்பர்கள் ஓர் இயற்கைச் சூழலில் பாடி ஆடும் பாடல்.)*

*0:33 - 0:40*

மழையும் பனியும் மிகை
மலையில் விரியும் கடை
மனதைத் திருடும் விலை
அட, போடா!

*0:41 - 0:48*

அச்சம் சோம்பல் பிழை
லட்சம் கனவுகள் துணை
லட்சியம் தொடும் கலை
அட, போடா!

*0:49 - 0:57*

படியாய் ஏறும் அடிகள்
சுகமாய் மாறும் வலிகள்
வருவோம் புதிய அலையாய்
ஓஹோ!

*0:58 - 1:01*

வெறியுடன் வெற்றி சேர்ந்திடாதா!
வாழ்வை வசந்தமாய் மாற்றிடாதா!

*1:45 - 2:00*

தேடல்கள் வெல்லும் வேளை
தேசங்கள் சொல்லும் நாளை
தடைகளை உடைத்து விரைவோம்
இன்னொரு ஜென்மம் காண்போம்

*2:01 - 2:09*

அறிவை விடவும் திறமை விடவும்
எதுவும் பெரியதில்லை
என்னைப் போலே உன்னைப் போலே
எவனும் எங்குமில்லை

*2:42 - 2:57*

தூங்கிப் போகும் முன்னே
தூரங்கள் போவோம் இன்றே
வியர்வை ஊற்றி உழைப்போம்
விதிகளை மாற்றி அமைப்போம்

*2:58 - 3:05*

அன்பும் ஆசையும் ஊறும் தருணம்
ஆடல் பாடல் தானோ
இரவும் பகலும் இணையும் காலம்
குடியும் கூத்தும் தானோ

*3:07 - 3:14*

மழையும் பனியும் மிகை
மலையில் விரியும் கடை
மனதைத் திருடும் விலை
அட, போடா!

*3:15 - 3:22*

அச்சம் சோம்பல் பிழை
லட்சம் கனவுகள் துணை
லட்சியம் தொடும் கலை
அட, போடா!

*3:23 - 3:31*

படியாய் ஏறும் அடிகள்
சுகமாய் மாறும் வலிகள்
வருவோம் புதிய அலையாய்
ஓஹோ!

*3:32 - 3:35*

வெறியுடன் வெற்றி சேர்ந்திடாதா!

வாழ்வை வசந்தமாய் மாற்றிடாதா!

*(டிசம்பர் 30, 2019)*

★★★

சி. சரவணகார்த்திகேயன்

கோவை சிங்காநல்லூரில் ஆகஸ்ட் 13, 1984 அன்று பிறந்த இவர், ஈரோட்டில் பள்ளிப் படிப்பை முடித்தார். சென்னை கிண்டி பொறியியல் கல்லூரியில் கணிப்பொறியியல் பயின்ற இவர், தற்போது பெங்களூரில் மென்பொருள் துறையில் பணியாற்றுகிறார்.

13 வயதிலிருந்து எழுதி வந்தாலும் முதல் பிரசுரம் 23 வயதில் நடந்தது. இதுவரை 36 நூல்களை வெளியிட்டுள்ளார் - இதில் 1 பெருநாவல், 2 நாவல்கள், 2 குறுநாவல்கள், 35 சிறுகதைகள், 80க்கும் மேலான நுண்கதைகள், 2 கவிதைத் தொகுதிகள் அடக்கம்.

ஆதித்த கரிகாலன் கொலை வழக்கு, ஆப்பிளுக்கு முன், 96: தனிப்பெருங்காதல், இறுதி இரவு, குஜராத் 2002 கலவரம், பரத்தை கூற்று ஆகியன இவரது புகழ்பெற்ற நூல்கள். அதிசுவாரஸ்யமான நடையில் தீவிர இலக்கியம் எழுதுவது இவரது தனித்துவம். இவரது அபுனைவுகள் செறிவான தரவுகள் மீது வலுவான தர்க்கத்தால் கட்டமைக்கப்பட்டவை.

2017ல் உயிர்மை வழங்கும் சுஜாதா விருது (இணையம்), 2019ல் திருப்பூர் இலக்கிய விருது (ஆப்பிளுக்கு முன் நாவலுக்காக), 2009ல் தமிழ் வளர்ச்சித் துறையின் சிறந்த நூல் விருது (முதல் நூலான சந்திரயானுக்காக) பெற்றவர். 2016ல் அகம் - பிரதிலிபி நடத்திய ‘ஞயம் பட வரை’ கட்டுரைப்போட்டியில் முதல் பரிசும், 2018ல் தினமணி - சிவசங்கரி சிறுகதைப் போட்டியில் ஆறுதல் பரிசும் (பெட்டை) பெற்றார். 2007ல் குங்குமம் இதழில் வைரமுத்து இவரது

‘ஒருத்தி நினைக்கையிலே...’வை முத்திரைக் கவிதையாகத் தேர்ந்தெடுத்தார்.

குங்குமம் இதழில் ச்சீய்... பக்கங்கள் (2012), ஆகாயம் கனவு அப்துல் கலாம் (2015), Notion Press / Bynge-ல் ஆதித்த கரிகாலன் கொலை வழக்கு (2021), அம்ருதா இதழில் நொபேல் விருதுகள் (2011), விகடன்.காமில் ஹலோ, ப்ளூடிக் நண்பா! (2019) ஆகிய தொடர்களை எழுதினார். தவிர, உயிர்மை, தீராநதி, விகடன் தடம், அகநாழிகை, ஆனந்த விகடன், குமுதம், தினமணி கதிர், காமதேனு, ஆழம் ஆகிய அச்சிதழ்களிலும், உயிர்மை, தமிழினி, அரூ, தமிழ் பேப்பர், மெட்ராஸ் பேப்பர் ஆகிய மின்னிதழ்களிலும் எழுதியிருக்கிறார்.

‘தமிழ்’ என்ற மின்னிதழ் நடத்தி அதில் ஜெயமோகன், யுவன் சந்திரசேகர், பெருமாள் முருகனை நீள்நேர்காணல் செய்துள்ளார். திருக்குறள், கம்பராமாயணம் இரண்டுக்கும் கவிதை நடையில் உரையெழுதி இருக்கிறார். இவரது ‘மதுமிதா - சில குறிப்புகள்’ கதை குறும்படமானது. திரைப்படங்கள், வலைத்தொடர்களுக்கு திரைக்கதை எழுதியுள்ளார். உயிர்மை சுஜாதா விருதுகள், Kindle Pen to Publish போட்டிகளில் நடுவராக இருந்துள்ளார்.

நண்பர்கள், வாசகர்களால் ‘ரைட்டர்’ என்றும் ‘சிஎஸ்கே’ என்றும் அழைக்கப்படுகிறார். இலக்கியம், திரைப்படம், இசை தவிர தத்துவத்தில் ஆர்வம் உண்டு. பெற்றோர் இரா. சின்னதுரை - சி. தெய்வாத்தாள். மனைவி ந. பார்வதி யமுனா. மகன்கள் ஞானி - போதி.

மின்னஞ்சல்: c.saravanakarthikeyan@gmail.com

வலைதளம்: http://www.writercsk.com

சமூக வலைதளம்:
Facebook : Saravanakarthikeyan Chinnadurai

X & Instagram : writercsk

# புத்தகங்கள்

## இலக்கியம்

### நாவல்

- ஆதித்த கரிகாலன் கொலை வழக்கு - 2022
- கன்னித்தீவு - 2019
- ஆப்பிளுக்கு முன் - 2017

### சிறுகதை

- பெருங்களிறு - 2023
- கிருமி - 2021
- மியாவ் - 2018
- இறுதி இரவு - 2016

### பிற புனைவு

- 69 [நுண்கதை] - 2021
- கறுப்பு சிவப்பு வெளுப்பு- 2021 (மின்னூல்)

### கவிதை

- தேவதை புராணம் - 2012
- பரத்தை கூற்று - 2010

### கவிதை உரை

- மண் மக்கள் மன்னன் [கம்பராமாயணம்] - 2024
- ரதி ரகசியம் [திருக்குறள்] - 2019

### கட்டுரை

- ரைட்டர் - 2024
- ஜெயமோகம் - 2024
- ஜோல்னா பை - 2021

### நேர்காணல்

- மும்மூர்த்திகள் - 2019

## அபுனைவு

### அறிவியல்

- ஒரு கோப்பை பிரபஞ்சம் - 2019
- ஃபீனிக்ஸ் கனவுகள் - 2016
- கிட்டதட்ட கடவுள் - 2013
- சந்திரயான் - 2009

### வரலாறு

- ச்சீய்... பக்கங்கள் - 2014
- குஜராத் 2002 கலவரம் - 2014

### அரசியல்

- திராவிடம் என்றால் என்ன? - 2024
- தளபதி Vs தளபதி - 2024
- மக்களின் அபின்- 2021
- அம்பேத்கர் பெரியார் அயோத்திதாசர்- 2021
- இந்தி தேசிய மொழியா? - 2019
- அநீதிக் கதைகள் - 2019

### திரைப்படம்

- ஐ லவ்யூ மிஷ்கின் - 2019
- 96: தனிப்பெருங்காதல் - 2018

### ரசனை

- இசை: இளையராஜா - 2024
- கற்பதுவே கேட்பதுவே கருதுவதே- 2021

### பெண்

- மீயழகி - 2021

### அனுபவம்

- Girls, Goddesses & Gentlewomen - 2020 (E-Book)
- பெண் + கள் + ஊர் - 2019 (மின்னூல்)

(ஸீரோ டிகிரி, கிழக்கு, உயிர்மை, கிண்டில் ஆகியவற்றில் இவரது நூல்கள் கிடைக்கும்.)

www.ingramcontent.com/pod-product-compliance
Lightning Source LLC
LaVergne TN
LVHW102350051026
849518LV00017B/2017
* 9 7 8 9 3 4 8 4 3 9 4 5 1 *